व्यंकटेश माडगूळकर

D9900331

एक एकर

मेहता पब्लिशिंग हाऊस

EK EKAR by VYANKATESH MADGULKAR
एक एकर । कथासंग्रह
व्यंकटेश माडगूळकर

मराठी पुस्तक प्रकाशनाचे हक्क मेहता पब्लिशिंग हाऊस, पुणे.

प्रकाशक
सुनील अनिल मेहता, मेहता पब्लिशिंग हाऊस,
१९४१, सदाशिव पेठ, माडीवाले कॉलनी, पुणे ३०.

अक्षरजुळणी
इफेक्ट्स, २१/६ब, आयडिअल कॉलनी, कोथरूड, पुणे ३८.

मुखपृष्ठ व मांडणी
चंद्रमोहन कुलकर्णी
मुखपृष्ठावरील लेखकाचे छायाचित्र
शेखर गोडबोले

रेखाचित्रे
व्यंकटेश माडगूळकर

प्रकाशनकाल
पहिली आवृत्ती : १९९८
मेहता पब्लिशिंग हाऊस यांची
दुसरी आवृत्ती : मे, २०१२ / पुनर्मुद्रण : ऑगस्ट, २०१३

ISBN 978-81-8498-359-3

सौ. विमलाबाई माडगूळकर...

एका एकरात चैतन्याचं पीक
फक्त तुम्हीच काढू शकलात.

अनुक्रम

एक एकर

ऑक्टोबर महिन्याचा मध्य आला. संपला... संपला असं वाटलं, पण कालच पुन्हा सडसडून पाऊस झाला. म्हणजे आता आणखी चार-सहा दिवस धायरीच्या एकरात जाता येणार नाही. गावातल्या मुख्य रस्त्यावरून उजव्या हाताला, कच्च्या गाडीवाटेवर वळलं की, चिखलच चिखल. लहान-मोठे खड्डे, ठिकठिकाणी डोकी वर काढलेले दगड. बैलगाडीच्या खोल चाकोऱ्या, दोन्ही बाजूला उदंड माजलेलं गवत आणि बाभळी, बोरी, टणटणी, हिवर असल्या झुडपांचं गचपन. ही पांदीतली वाट तुडवत, आडवा ओढा पार करून, चढाची वाट काटली तरी रानात हिंडता येणार नाहीच. अतोनात चिखल असणार, कमरेपेक्षा जास्त उंच तण माजलेले असणार. त्यातून हिंडलं तर कुसळांनी आणि लांडग्यांनी अंगावरचे कपडे भरून जाणार. शिवाय कपडे ओलेचिंबही होणार. यातही आनंद वाटण्याचं आता वय उरलेलं नाही. मन आनंदी होईल, शरीर साथ देणार नाही.

'एक एकर' यावरच लिहावं असं कधीपासून माझ्या मनात आहे, पण अजून तरी ही कल्पना प्रत्यक्षात आलेली नाही. मांडे अजून मनातलेच आहेत.

मला लिहायचं आहे, असं मी वारंवार घोकत राहिल्यामुळे इथं डोंगर उतारावर लहानसं फार्महाउस बांधून झालं. सहचारिणी म्हणाली, ''तिन्ही ऋतूत इथं राहायचं तर सगळी सोय पाहिजे.'' मग हॉल, स्वयंपाकघर, बाथरूम, व्हरांडा असं छोटंसं घर झालं. पिण्यासाठी पाणी पाहिजे म्हणून बोरिंग झालं. पाणी सुदैवानं लागलं. टाकी, नळ झाले. वीज आली. घरापुढे लहानशी बाग झाली. ती आणि मी दोघेच वारंवार जाऊन राहू लागलो. राखणदार आला.

भल्या सकाळी गेल्यावर ती म्हणे, ''मी आणि राखणदार मिळून पेरूला खतं घालतो. तुम्ही आपले तुमचं काम करा.'' माझं काम मी करू लागलो.

एक एकरात केवढा तरी समृद्ध निसर्ग दिसतो. किती पाहावं? किती टिपणं काढावी?

एकरात नाना पाखरे दिसत. या सर्वांची जलरंगात रेखाटनं करू म्हणून मी सुरुवात केली.

हिरवळीवर तुरतुरताना भुरगुंज्या दिसत. कधी टिटव्या दिसत. कधी मुनिया दिसत. रॉबिन, मुके राघू, बुलबुल दिसत. पावसाळ्याच्या सुरुवातीला हळदी रंगानं रंगलेले सुगरण नर दिसत. राखणदाराला राहण्यासाठी बांधलेल्या पत्र्याच्या शेडबाहेर विजेचे मीटर आहे. त्याच्यासाठी केलेल्या लांबड्या लाकडी पेटीत वारंवार एक साळुंकी शिरताना मी पाहिली. पेटीचे कुलूप काढून पाहिले, तर आत घरटे होते आणि फिकट आकाशी रंगाची सहा अंडी होती.

एकदा टेकडी चढून वर गेलो. बांधावर इथे-तिथे हिवराची, बोरीची झुडपे होती. यातील बऱ्याच झुडपात मुनियांची गवती घरटी होती. न पिकणाऱ्या टणक हिरव्या बोरीचे एक झाड बांधावर होते. याला 'घटबोर' असंच नाव आहे. या बोरीच्या आडोशाला बसलेले तीन चतुर पक्षी माझा सावट येताच फडर्रऽऽ करून उडाले.

पावसाळा सुरू झाला की, संध्याकाळी काळ्या चितुराचे आवाज ऐकू येत. हे पाखरू माझ्या दृष्टीला मात्र कधी पडले नाही. बांधावरचा मोठा उंबर पिकला की, नाना पाखरांची त्यावर गर्दी होई. त्यात बुलबुल दिसत. कोकीळ दिसत, टिय्ये राघू दिसत. धनछड्या दिसत.

पेरूच्या बागेत आणि

बांधावर अंजिराची चार झाडे आहेत. त्यावरची फळे थोडी पिकली की, कोणी गट्ट करून टाकी. हे अंजीरचोर कोण आहेत हे एकदा मला सकाळी कळले. पेरूमधल्या मोठ्या अंजिराच्या झाडावर मी तीन धनछड्या पाहिल्या. आई आणि तिची दोन जाणती पोरे असावीत. तिघेही अंजिर मटकावीत होती. एकदा पिवळ्या बांबूच्या बेटाखाली मी भर दिवसा रातवाही बघितला. माझ्या पायाच्या आवाजाने तो उडाला आणि बांधावर पडला. त्याला मी खूप शोधलं, पण नाही दिसला. कुठं गडप झाला हे कळलं नाही.

पावसाळ्यात नाना वनस्पती दिसतात. काही झुडपे, काही गवते, काही वेली यांना इवली-इवली फुले येतात. त्यात जांभळा आणि निळा रंग असलेली जास्त असतात. या रानटी वनस्पतीची पाने फुले चितारायची ठरवली, तर माझे एक मोठ्ठे स्केच बुक सहज भरेल. काही तणांना लहान फळे येतात. निळी, तांबडी, जांभळी आणि यावर नाना आकाराची, नाना रंगाची फुलपाखरे भिरभिरतात. काही लहान, काही मोठी. काही रंगीत, काही साधी.

माझी जमीन भारी नाही, मुरमाड आहे. सत्तर पेरूच्या झाडांना अति ताण खपत नाही. पाने गळून जाईतो ताण उन्हाळ्यात द्यावा लागतो. मृगाचा पाऊस झाला की, छान पोपटी पालवी फुटू लागते आणि पुढे स्वच्छ पांढरी फुलेच फुले पेरूवर दिसू लागतात. पेरूचे फूल फार मनोहर असते. ते भल्या सकाळी पाहताच आपल्या वृत्तीही उमलून नाही आल्या तर नवलच. पांढऱ्या मोहरांनी फुललेले शेवगे, सुगंधी मंजिऱ्यांनी लवलेले आंबे, लालचुटूक फुलांनी नहालेली डाळिंबाची झाडे, मोहरलेली जांभळाची झाडे, 'नेक्टर' चाखत भिरभिरणारी फुलचोखी पाखरे, हे वैभव चित्रात कसे बरे सापडेल? आणि शब्दात तरी सापडेल का? आम्रमंजिरीचा सुगंध कसा दुसऱ्यापर्यंत पोहोचवावा?

धायरीच्या या एका एकरात झाडेझुडपे आणि वृक्ष किती, आणि कोणते आहेत याची मी सहज एकवार शिरगणती केली. इथे निवडक रायवळ आणि कलमी अशी आंब्याची एकोणतीस झाडे आहेत. पेरू सत्तर आहेत. गणेश डाळिंबे बारा आहेत. सीताफळे चाळीस. दहा केळी. जांभूळ चार. या पैकी एक लेंडी जांभूळ, दोन मोठी आणि एकाला अद्याप फळ धरायचे आहे. बांबूची बेटं चार. दोन हिरवी, दोन पिवळी. आवळे दोन, एक टपोरी गावठी बोर, एक चिकू, चार अंजिरं, सहा शेवगे, सहा कागदी लिंबू, तुती आठ, एक गुलमोहर, एक केशिया, एक उंबर, तीन बाभळी, एक रबर ट्री, दोन चिंचा, एक नारळ, एक फणस.

माणसाच्या बाबतीत संभवतात तसे अपघात झाडांच्या जगण्यातही असतात. दहा वर्षांपूर्वी एक एकर मी खरेदी केला तेव्हा पंडित महादेवशास्त्री जोशी माझ्याबरोबर आले होते. त्यांनीच माझी आणि जमीन मालकाची ओळख करून दिली. परत येण्याच्या वाटेवर मी म्हणालो, "शास्त्रीजी, या एकरात भरपूर झाडं लावावीत आणि वानप्रस्थात राहिल्यासारखं झोपडी बांधून इथंच उरलं आयुष्य काढावं, असं मी म्हणतोय."

"अगदी अवश्य या, मी साठाव्या वर्षी इथं येऊन राहिलो, माझं आयुष्य वाढलं. पण माडगूळकर, एक मात्र ध्यानी घ्या, इथं येऊन राहिल्यावर झाडं लावा. तुम्ही पुण्यात आणि झाडं इथं, असं करू नका. रोपंसुद्धा जाग्यावर राहणार नाहीत."

काही अंशी शास्त्रीजींचे बोल खरे ठरले. मला तिथं जाऊन राहणं आजतागायत जमलेलं नाही. माडगूळचेच एक भले शेतकरी मित्र इथं येऊन राहिले. म्हणाले, "तात्या, तुमचं गाडं चालतं करून मग मी जाईन."

राहुरीहून मी सीताफळाचे बाळानगर, मेमॉथ असे काही चांगल्या जातीचे बियाणे मिळवले. प्लॅस्टिक पिशव्यात त्यांची रोपे केली. जोमदार वाढल्यावर ती धायरीच्या एकरातच्या मधल्या पट्टीत लावली. ती जगली. चांगली वाढू लागली. या काळात राखणदार बदलला होता. हा दुष्काळी मुलखातून जगायला इकडे आला होता. स्वत:च्या शेतीची आबाळ होऊ लागली म्हणून माडगूळचा शेतकरी निघून गेल्यावर या म्हाताऱ्या दुष्काळग्रस्ताला मी ठेवून घेतला होता. तो रात्री चारशे पावलं दूर असलेल्या झोपडीत झोपायला जाई.

एके दिवशी माझी जोमदार आलेली सीताफळाची रोपं कोणीतरी उपटून नेली.

राखणदाराला विचारताच तो म्हणाला, "मी राती हितं नसतोय. माज्या माघारी कुणी नेली कुणाला ठावं!"

शेतकी कॉलेजच्या रोपवाटिकेतून साधी रोपं आणून मी रिकामे खड्डे भरून काढले.

एका आंब्याच्या जवळ वारुळ झालं आणि बघता-बघता हा फळावर आलेला आंबा वाळून गेला. काही चमत्कार घडून तो पुन्हा फुटेल म्हणून मी एक पाऊसकाळ वाट पाहिली, पण तो पुन्हा फुटला नाही. राखणदारानं फांद्या तोडून-तोडून झोपडीवर नेल्या. त्याच्या काही दिवसांच्या भाकरी या आंब्याच्या सरपणावर भाजल्या गेल्या.

एका पावसाळ्यात तुफान वादळ झालं आणि टपोऱ्या गरेल शेंगा हजारानं देणारा एक मोठा अप्रूप शेवगा कोसळला. आणखी एका वादळात गणेश डाळिंबाची तीन झाडं उन्मळून पडली.

याच वर्षी घरासमोरचा आणखी एक आंबा कोसळला. जोराचा पाऊस झाला. आंब्याच्या मुळांनी घेतलेली पकड सुटली. खोड आणि भला मोठा विस्तार याच्या ओझ्यानं हा पूर्वेकडे कलंडला.

दुष्काळग्रस्तानंतरचा नवा राखणदार म्हणाला, ''खोल खड्डा करून रोप लावलेलं नव्हतंच हे. मुळं शिरलीच नव्हती जमिनीत. वाऱ्यानं हेलपाटला तसा आंबा निजला.''

अपघाताची शक्यता ध्यानी घेतलीच पाहिजे. निसर्ग हा जीवनशक्तीनं एवढा समृद्ध असतो की, जाणं-येणं हे नित्य घडतच असतं. फार दाटी झाली. एकमेकांच्या वाढीला आड येऊ लागली. म्हणून मधे काही झाडं मी घट्ट मनानं तोडायला दिली. शेवटच्या बांधावर असलेल्या सात आंब्यांच्या झाडात मध्येच एक कडुनिंब आगंतुक उगवला होता, तो फार वाढला. आंबा पार कुचंबला. कळाहीन दिसायला लागला.

निंबाचं झाड खरं तर रानात पाहिजे. कबीर म्हणतो, 'तरुवर, सरोवर आणि संत हे परमार्थासाठीच देहधारणा करतात.' कडुनिंब श्रेष्ठ असा तरुवर

आहे. घरात मूल जन्माला आलं की, निंबाचा डहाळा माजघराच्या चौकटीला अडकवतात. वर्षप्रतिपदेला निंबाच्या कोवळ्या पानाचा प्रसाद खातात तो काही उगीच नाही. जिवंत आहे तोवर तो औषधी आहे आणि तोडला गेला की, तो धाब्याच्या घराला तुळई होतो. पण आंब्यासारखं फळझाड वाचवण्यासाठी मी निंब तोडला.

कशी कोण जाणे; पण एक जांभूळही दोन आंब्यांच्या मधोमध आली होती आणि राक्षशिणीसारखी वाढून तिनंही आंब्यांना धाकात ठेवलं होतं. ही जांभूळही मला काढावी लागली.

घराजवळ एक सुबाभूळही ताडमाड वाढली होती. उन्हाळ्यात तिच्या शेंगाचे खुळखुळे फुटून बियांचा सडा खाली पडे आणि पावसाळ्यात अही-मही रावणाच्या रक्तथेंबातून राक्षस जन्माला येत तशी असंख्य रोपं जन्म घेत. थोडं वाढलं की, हे रोप आपलं मूळ पार शेषाच्या टाळूपर्यंत नेत. त्यामुळे ते उपटता उपटत नाही. शिवाय या सुबाभुळीच्या उशा-पायथ्याशी दोन चांगल्या टपोऱ्या जांभळी होत्या. उन्हाळ्यात तांबडाभडक होऊन रानाची शोभा मखमली करणारा गुलमोहर होता. ही तिन्हीही झाडं सुबाभळीनं धाकात ठेवली होती. त्यांना डोकी वर काढायची सोय नव्हती. म्हणून ही सुबाभळही मी काढली, आणि उंबराच्या फांद्यांवरही हत्यार चालवण्याचं पाप मला करावं लागलं. कारण त्यानंही चांगल्या अशा शेंदरी आंब्याला पाण्याच्या पाटात दाबलं होतं.

एका कडुनिंबानं एका अंगाला असलेली पेरूची झाडं आणि दुसऱ्या अंगाला असलेली गणेश डाळिंबाची झाडं यांच्यावर सावली टाकली होती

आणि फांद्यांना विजेच्या तारांच्या वर चढवलं होतं. म्हणून तोही मला काढावा लागला.

प्रत्येक झाड हे आकर्षक असं एक वास्तुशिल्पच असतं. शिवाय ते सतत हलत, वाढत, फळत, फुलत असतं. प्रत्येकाचं रूप, ढब वेगळी असते. साधं बाभळीचं झाड घ्या. ते जेव्हा हिरवंकंच झालेलं असतं आणि त्यांच्यावर पिवळी रंजन फुलं असतात तेव्हा काळ्या खोडावरच, हिरव्या पर्णसंभारात काळ्या फांद्या पसरलेलं हे झाड किती सुरेख दिसतं!

आंबा वेगळा, चिंच वेगळी, उंबर वेगळा आणि निंब वेगळा. फांद्यांची तोडातोड करून कोणी कुरूप, अपंग केली नाहीत, निसर्ग वाढवील तशी वाढली तर झाडं किती सुदृढ दिसतात, कशी अमर वाटतात आणि माणसाला केवढा उत्साह देतात.

कान्हा अभयारण्यातला वयानं झालेला आणि अंगानं भारलेल्या छडीसारखा दिसणारा बैगा आदिवासी मला म्हणाला होता, ''साब, मोठ्या खोडाच्या झाडाला मिठी मारली, तर माणसाचं जगणं वाढतं.''

त्याची ही श्रद्धा खोटी कशी म्हणावी? आणि ठाणे जिल्ह्यात पसरलेले आदिवासी वारली यांचा देवच हिरवा आहे. उभ्या पिकाचा रंग हिरवा असतो. आणि पिकामुळे तर धान्य मिळतं. धान्य हेच अन्न. अन्न हाच देव.

हाच हिरवा फळझाडांनाही असतो. माझ्या एकरात जिथं पाहावं तिथं 'असा' हिरवा देव आहे.

कारणपरत्वे एकरात बांधलेलं छपरी फार्महाउस कधी-कधी दहा-पंधरा दिवस उघडलं जात नाही. राखणदार, त्याची तिखट कुत्री, राखणदाराची चपळ मुले एकरात दिवसभर ये-जा करतात; पण फार्महाउस मात्र बंद असतं. दारे खिडक्या उघडल्या जात नाहीत. 'आयत्या बिळात नागोबा होणं', ही संधी कुणाला नको असते? मागील दाराशी असलेल्या पेरूच्या बागेकडून एकरात वावर असणारी काही मंडळी चार भिंतीच्या आश्रयाला येतात.

एकवार घडीची कॉट उघडीच राहिली. तिच्यावर अंथरलेली खादीची जाड, रंगीत सतरंजीही पसरलेलीच राहिली. आठ दिवसांनी मी दार उघडले. खिडक्या उघडल्या, पायथ्याच्या बाजूने सतरंजी दुमडली होती. ती सहज सरळ करू लागलो, तर टुणकन शेतउंदीर पळाला आणि कोपऱ्यात गुंडाळून ठेवलेल्या चटईमागे दडला.

शेतउंदीर लहानखोरे, तपकिरी पाठीचे आणि पांढुरक्या पोटाचे असतात. ही उंदरीण होती. दुमडलेल्या सतरंजीखाली जाऊन तिनं सतरंजीची मऊ सुतं कुरतडली होती. लांबगोल असं घरटं सतरंजीवरच केलं होतं. आणि त्यात

ती व्याली होती. एवढी-एवढी अशी तिची लालचुटुक पिल्लं वळवळत होती. किती आहेत म्हणून पाहिलं, तर चांगली अर्धा डझन होती.

पसरलेली कॉट, मऊ सतरंजी, तीही दुमडलेली अशी योग्य सामग्री बघून उंदरिणीनं माझ्या फार्महाउसची बाळंतखोली केली होती.

आणखी एकीनं तर फारच कल्पकता दाखवली होती. बोरिंगमधलं पाणी उपसलं गेल्यावर त्याची साठवण व्हावी म्हणून पेरूच्या बागेत जी मोठी टाकी आहे, तिच्यात कधीमधी पाली पडायच्या, एक-दोनदा उंदीरही पडले होते. ही अपघाती मरणे टाळण्यासाठी मी टाकीच्या चौकोनी तोंडावर जाळी टाकून वर जाड टोपण लावले होते. हे टोपण एकवार उचलले तेव्हा जाळीवर मधोमध घरटे केलेले आढळले. झाडांची मऊ पाने, कापसासारखा काही पदार्थ वापरून घरटं मोठं नमुनेदार केलेलं होतं. आणि त्यात उंदराची, अंगावर लव दिसू लागलेली पिल्लं होती. त्यांना सोडून उंदरिणीने टाकीवरून खाली उडी घेतली आणि शेजारच्या कुंपणात ती दिसेनाशी झाली.

बंद फार्महाउसमध्ये कधी जाडे बेडूक, कधी पाठीवर आकर्षक रंग असलेली सापसुरळी, कधी खारीची तीन-तीन पिल्लं, कधी सिंकमध्ये कोपरे गाठून बसलेल्या काळसर पाली आढळत. त्यांना हाकून बाहेर काढावे लागे.

मी आणि मुलगी एकदा गेलो होतो. घर उघडले की, प्रथम सर्व रानात चक्कर टाकायची आणि आंबे, पेरू, सीताफळं, डाळिंब, शेवगा, कागदी लिंबू, कढीपत्त्याची झाडे या सर्वांची ख्याली-खुशाली बघायची अशी निकड मला असते. सकाळी सात वाजायच्या आत आम्ही तिथे असतो.

मी पार खाली बांबूच्या बेटापाशी असताना फार्महाउसमधून मुलीनं घाबरून मारलेल्या हाका ऐकल्या.

चहा झाला की, मोठ्यांदा हाका दे म्हणजे मी येतो, असं सांगून मी गेलो होतो. पण या हाका चहासाठी नाहीत हे मला कळलं. धावत आलो तर मागच्या दाराशी उभी असलेली ज्ञानदा म्हणाली, ''शेगडीखाली साप आहे.''

प्रत्येक खेपेला बंदूक आणि छर्रे बरोबर नेतोच असं नाही. उगीच वागवायचा ताप होतो. आता हा जर नाग असला, तर बैदाच म्हणायची असा विचार मनात आला. शेगडीजवळ जाऊन वाकून खाली पाहिलं. ओट्यावर ठेवलेल्या चौकोनी लांबट शेगडीखाली फार पोकळी नव्हती. सावलीही होती. काही दिसलं नाही. शेगडी थोडी बाजूला सारली तसा साप बाहेर सळसळला. नाग नव्हता. साधा 'रेसर' होता.

''अगं हा बिनविषारी अगदी निरुपद्रवी आहे. मी शेपूट पकडून पेरूच्या

बागेच्या बांधावर टाकतो.''

"नको-नको. माझ्या पोरांनी बघितला तर भीती घेतील. त्याला मारूनच टाका. पुन्हा घरात यायला नको.''

बहुतेक बिनविषारी साप हे निव्वळ भितीपोटी मारले जातात.

माझ्या आठ वर्षे वयाच्या नातीच्या पुस्तकात एक कविता आहे. कवितेचं नाव आहे – सगळे घरातच तर आहेत!

THE DOOR IS SHUT FAST
AND EVERYONE IS OUT

BUT PEOPLE DON'T KNOW
WHAT THEY ARE TALKING ABOUT
SAYS THE FLY ON THE WALL
AND THE DOG ON HIS SACK
AND THE MICE IN THEIR HOLES
AND THE COCKROACH ON THE RACK
AND THE CAT IN THE KITCHEN

WHAT, EVERYONE OUT?
WHY, EVERYONE IS IN!

आम्ही फार्महाउसला कुलूप घातलं. तरी आत बरीच मंडळी असतात!

हल्ली आपल्या आधुनिक घरांना उंबरे नसतात. 'उंबरा ओलांडून जाणं' किंवा 'उंबऱ्याच्या आत पाऊल टाकणं', या वाक्प्रचारांना आता काहीही अर्थ उरलेला नाही. सापसुरळी, बँडेड रेसर, बेडकं, खारी या उंबरा नसलेल्या मागच्या दारातून घरात येतात अशी खात्री झाल्यावर मी दोन गोष्टी केल्या. दोन्ही दारांना दगडी पट्टीचे उंबरे लावले आणि दोन्ही दारांपाशी बरीच वाळू अंथरली.

महाराष्ट्र राज्यात कीटकांची संख्या हजाराहून अधिक आहे म्हणे. यापैकी किती आणि कोणते कीटक एकरात आहेत, हे मला माहीत नाही. काही मला दिसले आहेत. फार्महाउसमध्ये घरमाशी आहे. पावसाळ्यात त्यांची संख्या वाढते. झुरळे आहेत. रातकिडे आहेत, कुंभारमाशी आहेच आहे. तिची मडक्यासारखी घरे मी माझ्या घरात नित्य पाहतो. गांधीलमाशीही आहे. भुंगे आहेत, डास आहेत. वाळवी आहे. राखणदारीसाठी बांधलेल्या खोलीची

चौकट त्यांनी खाऊन टाकली आहे. म्हणून तर फार्महाउसच्या चौकटी आणि दारे मी पत्र्याची केली आहेत. दारासमोरच्या बागेत लाल रंगावर सहा काळे ठिपके असणारा चित्रांग भुंगोराही दिसतो. हिरव्या रंगाच्या गौळिणी किंवा कीटकही घरात काही वेळा दिसतात. एकदा, फक्त एकदाच मला घरामागे असलेल्या टेकडीच्या उतारावर काडी कीटकही दिसला. भूतानच्या सीमेवर असलेल्या मानस अभयारण्यात अगदी प्रथमच मी टिचभर आकाराचा काडी कीटक पाहिला होता आणि चकित झालो होतो. धायरीचा एवढा मोठा नव्हता, बोटाएवढ्या लांबीचा होता. हा गाईगुरांच्या पोटात गेला, तर जनावरे आजारतात. जनावरांना 'तिवा' लागला असं शेतकरी म्हणतो.

बोरीबाभळीच्या झुडपांना लोंबणारे मोळी कीटकही अनेकदा दिसतात. बाभळीचे काटे चिकटवून केलेल्या या मोळीत आळी राहते.

इरड किडे, म्हणजे शेणाचे गोळे ढकलीत नेणारे किडे, जागले म्हणजे कीर्ऽऽ असा सतत आवाज करणारे किडे, गडमुंग्या, झाडमुंग्या, तांबड्या मुंग्या यांची घरटी आणि वाळवीची वारुळे एकरात आणि एकराबाहेर आढळतातच. या सगळ्या कीटकांची नोंद मला करायची आहे.

उर्वशी, राजा, चित्ता, हळदी, राणी पाकोळी, भटक्या, हबशी अशी काही फुलपाखरेही एकरात तरंगताना दिसतात. त्यांना चितारायचं म्हणजे फुलपाखरं पकडण्याचं साधन बनवून भिरीभिरी हिंडायला हवं. हाही उद्योग मला करायचा आहे.

एकरातल्या झाडांपैकी काहींची सुरेख जलरंगात मला पोर्ट्रेट्स् करायची आहेत. एकमेकींना खेटून उभ्या अशा फार्महाउसच्या कोपऱ्यावरच्या दोघी

घनगर्द जांभळी. मधल्या पट्टीतल्या बांधावरचं मोठी-मोठी लिंब देणारं बसकं, अंगानं भरलेलं कागदी लिंबाचं झाड. पार खाली पिवळ्या बांबू बेटापाशी असलेली शेलाटी आवळी. पाण्याच्या टाकीमागं पाण्याच्या पाटाच्या कडेला असलेला शेंदऱ्या आंबा. ऐन पेरूच्या गर्दीत मान उंचावून उभा असलेला अंजिर. तो तिसऱ्या पट्टीतला 'धायरी' हापूस आणि सगळ्या लहान आंब्यांच्या ओळीत अकाली प्रौढ दिसणारा तोतापुरी.

माणसानं आपल्या आयुष्यात केलेल्या कोणत्याही बऱ्यावाईट कृत्यापेक्षा त्यानं लावलेले वृक्ष जास्त काळ टिकतात.

संस्मरणीय असं वाईट कृत्य हातून घडावं, अशी सत्ता किंवा सामर्थ्य माझ्यापाशी कधीच नव्हतं. बरी म्हणावीत अशी भाविक कृत्ये मात्र हातून पार पडली आहेत. पण आज मला वाटतं, माझ्या गाजलेल्या पुस्तकांपेक्षा मी लावलेले आणि जोपासलेले आंबा आणि चिंच यासारखे महावृक्षच जास्त काळ टिकतील.

■

केसरी, दिवाळी - १९९३

वनविद्या

हिवाळा संपत येतो, उन्हाळ्याची चाहूल येते. अशा वेळी सकाळी-सकाळी शहरातल्या रस्त्यावरून फिरायला बाहेर पडलं की, अकस्मात दयाळ पक्ष्याचा सुस्वर कानी येतो. चौकस नजरेनं पाहिलं की, झाडाच्या शेंड्यावर एखाद्या वाळल्या खनपटावर बसलेला पांढरपोट्या दयाळ दिसतो. हिवाळ्या-पावसाळ्यात गप्प झालेला त्याचा मंजुळ कंठ पुन्हा गाऊ लागलेला असतो.

पण हे गाणं तुम्हाला रिझवण्यासाठी नसतं. ''हे आसपासचं आवार माझं आहे. इथल्या आळ्या मी खाणार. मी सक्त ताकीद देतो, माझ्या हद्दीत कोणी येऊ नका!'' अशी घोषणा असते.

प्रत्येक दयाळ पक्षी आपली अशी काल्पनिक हद्द ठरवून घेतो आणि ती सांभाळतो.

वन्य प्राणीही आपली हद्द ठरवतात आणि आखतात. तुम्ही तुमचा पाळलेला कुत्रा फिरायला बाहेर नेताना पाहिलं आहे का? एक टांग उंचावून तो वारंवार खुणा करीत जातो. वन्य प्राणीही आपली हद्द अशीच आखतात.

एका मे महिन्यात मी विदर्भातील नागझिरा अभयारण्यात महिनाभर राहिलो होतो. कडक उन्हाची वेळ सोडून मी पक्षी, प्राणी पाहात, रेखाटने करत हिंडत असे. अशा हिंडण्यात एकाएकी झिरमिर पाऊस आला. माझी दुर्बीण आणि स्केचबुक भिजू नये म्हणून मी नाल्याच्या काठावर असलेल्या मोठ्या वृक्षाच्या खोडालगत गेलो. खोडाला चिकटून उभा राहिलो.

आणि एकाएकी भप्पकन मला वाघाच्या मुत्राचा वास आला. ही हद्द माझी आहे हे इतरांना जाहीर करण्याच्या हेतूनं नर वाघानं किंवा बिबट्यानं शेपूट उंचावून ह्या खोडावर तुरतुरी सोडली असावी. ह्या वासठिगळाचा व्यास सहा इंच असतो आणि इथला दर्प तीन महिने टिकतो.

आपली हद्द आखण्यासाठी आणि इतरांना ती जाहीर करण्यासाठी वन्य प्राणी विष्ठेचा वापर करतात. उंचवट्यावर, झुडपावर विष्ठा टाकली की ती काही

वेळ टिकते आणि दुसऱ्या प्राण्यांना किंवा दुसऱ्या वाघांना कळते की हे रान मोकळे नाही. इथे वावरायचे तर कुस्ती खेळावी लागेल. दोघांपैकी एकाला पराभव पत्करून पळावे लागेल. मूत्र, विष्ठा, झाडाच्या खोडावर ओरबाडलेल्या नखांच्या खुणा, जंगलात उठलेल्या आरोळ्या ह्या खाणाखुणांवरून हा वाघ आहे की वाघीण, लोळवता येईल असा लहानखुरा आहे का भला जंगी आहे, ह्याचा अंदाज दुसऱ्या वाघाला येतो. सामना द्यायचा की पळून जायचं की दुसरं जंगल शोधायचं, हे तो ठरवतो आणि तसा वागतो.

अभयारण्यात जाऊन वन्य प्राणी बघायचे, तर आपल्यालासुद्धा जंगलातील खाणाखुणा कळल्या पाहिजेत.

वन्य प्राण्यांच्या खाणाखुणांचे फोटो घ्यावेत म्हणून मी माझे दोन मित्र आणि एक तज्ज्ञ फोटोग्राफर असे पुन्हा एकदा भंडारा जिल्ह्यातील नागझिरा अभयारण्यात जाऊन राहिलो होतो. पाच एकराएवढ्या तळ्याच्या काठावर असलेल्या विश्रामधामात आम्ही मुक्काम टाकलेला होता. भल्या पहाटे दूरवर आम्हाला काही गलका ऐकू आला. काहीतरी विशेष घडले असावे अशी शंकाही आली.

दिशा उजळताच हिरवा पोषाख अंगावर चढवून पायात भक्कम बूट घालून आम्ही दोघे बाहेर पडलो. वाटेला लागलो. भल्या सकाळी जंगलातल्या वाटा शांत असतात. आम्हाला अचानक धुळीवर उमटलेली बिबट्याची पावले दिसली. हा डावीकडच्या नाल्यातून येऊन वाटेला आडवा असा गेला होता. काही पाऊलखुणा स्पष्ट होत्या. काही बाजूला होत्या. ह्याच वाटेवर माणसांची काही पावले उमटली होती. तीही ताजी होती. वाटेच्या बाजूला गवत, झुडपं होती. काही पानांवर रक्त पडलेलं होतं. रक्ताच्या थेंबांचा माग घेता-घेता काही जाड केसही पडलेले सापडले. पडलेलं गवत, झुडपाच्या दुमडलेल्या डहाळ्या असल्या खुणा बघून ह्या जागी जनावरं धडपडली असावीत असं वाटलं. घोटाळा जास्तीच वाढला. पुन्हा पुन्हा आम्ही खाणाखुणा बघत होतो. तर्क करीत होतो. शेवटी संगती लागली.

रात्रभर चरून भल्या पहाटे आपल्या जाळीत पसरायला निघालेला एकुलता रानडुक्कर बिबट्यानं नाल्याकाठी हिंडताना पाहिला आणि वाट ओलांडून त्याला मुरगाळला. हे रक्त डुकराचं आहे. हे जाड दाभणासारखे केस डुकराच्या मानेवरचे आहेत. अचानक बिबट्याच्या जबड्यात सापडलेला रानडुक्कर जिवाच्या आकांतानं धडपडला असावा. केकाटण्याइतपत अवकाशही त्याला मिळावा नसावा.

रानडुकराचं केकाटणं, फॉरेस्ट खात्यानं रोजगारावर ठेवलेल्या आदिवासींनी ऐकलं. काठ्या, कुऱ्हाडी, मशाली घेऊन ते नाल्याशी आले. त्यांनी धोंडे फेकले. आरोळ्या ठोकल्या. रानडुक्कर खाणारा बिबट्या बुजून पळाला. वाटेवर उमटली आहेत, ती नागडी पावलं आदिवासींची आहेत. त्यांनी गुपचूप डुक्कर उचलला. खाऊया म्हणून आपल्या झोपडीवर नेला. बाजाराच्या गावापासून बत्तीस मैल आत असलेल्या नागझिरा जंगलात मांस खायला मिळणं हा क्वचित जुळून येणारा सुयोगच होता.

आम्ही परत फिरलो आणि विश्रामधामाच्या रखवालदाराला चौकशी करायला पाठवलं. आमचा तर्क खरा होता का काही वेगळेच घडले होते ह्याची उत्सुकता होती. रखवालदार परत आला. म्हणाला, ''हो जी साब. डुक्कर वाघानं खाल्ला. वाघाला धुडकावून चार-सा कामकऱ्यांनी तो उचलून आणला. तोडला आन वाटून घेतला.''

जंगलातील प्राण्यात होणाऱ्या मारामाऱ्या पुष्कळदा हद्दीवरून होतात. उन्हाळ्यातल्या रात्री गव्याचे कळप एका तळ्यावर आले, तर दोन खोंड एकमेकांशी टकरी घेतात. धडाधड शिंगांचे आवाज उमटतात. दोघांपैकी कुणातरी एकाला पराभव पत्करावा लागतो. तो पळून बाजूला निघून जातो. कुणाचा जीव घ्यावा हा हेतू मारामारीत नसतो. वन्य प्राण्यात खून नसतो. अहमदनगर जिल्ह्यात रेहेकुरी नावाचे अभयारण्य आहे. माळरानावरचे हे अभयारण्य कृष्णसार मृगांचे

आहे. इथे बरीच काळविटे आणि माद्या, शावके आहेत. रेहेकुरीला फिरताना जागोजागी काळविटांच्या नव्या जुन्या लेंड्यांचे ढीग दिसतात. आपली हद्द आखण्यासाठीच काळवीट अशा लेंड्या टाकतो. काळविटाच्या डोळ्यांच्या कडेशी वास असतो. झाडाच्या खनपटाने जेव्हा तो डोळ्याशी खाजवतो तेव्हा हा वास तिथे राहतो. दुसऱ्या नराला कळते की इथे एवढ्या उंचीचा नर आहे. इथल्या माद्या मिळवण्याचा प्रयत्न आपण करू नये.

हरिण नरात मारामारी होते, ती तू मोठा की मी मोठा ह्यासाठी. कारण जो बळाने उजवा त्याच्याकडे माद्या धावतात. पुष्ट, जोमदार नरांकडूनच पुढची पिढी जन्माला यावी असा निसर्गाचा नियम आहे. हद्दी आखायच्या आणि राखायच्या त्या खाणं मिळावं म्हणून. सगळी धडपड असते ती ह्या धोधाट जीवनप्रवाहात टिकून राहण्यासाठी.

वन्य प्राणीजीवनाचे निरीक्षण करण्यासाठी हौशी लोक जंगलात जातात, हिंडतात आणि काही दिसलं नाही म्हणून सांगत परत येतात. जंगलात जायचे तर काही पथ्ये पाळावी लागतात.

सकाळी लवकर किंवा संध्याकाळीच जंगलात प्राणी दृष्टीला पडतो. उन्हात आणि पावसात कोणी खाद्य शोधण्यासाठी बाहेर पडत नाही.

आपण घोळक्याने, बोलत रस्त्यावरून गेलो तर आपल्याला भर अभयारण्यातही काही दिसणार नाही. फक्त दोघांनीच, जंगलातील वाटांनी आवाज न करता जावं.

जंगली जनावरांना असतो तसाच वास माणसांनाही असतो. आणि त्याच्या डोळ्यातून, चालण्यातून, हावभावातून एक प्रकारचा गर्व दिसत असतो. मला भूतकाळ आठवतो. भविष्यकाळ जाणता येतो. मी हत्यार वापरू शकतो असा गर्व वाहणारा माणूस दिसला रे दिसला की जंगलातले प्राणी त्याच्यापासून दूर जातात. जंगलातून जाताना, गपकन् खाली बसणं, दणदण पळणं, वाकून डोकावून पाहणं, रोखून पाहणं हे टाळणं बरं. मनुष्य असलो तरी आपणही प्राणीच आहोत ह्या भावनेनं, गर्व टाकून देऊन, आपण जर, सावकाश असे, वाटा तुडवीत राहिलो तर जंगलातील प्राणी आपणाला दिसतील.

जंगलात हिंडायचे तर जनावरांच्या खाणाखुणा आपल्याला उमगल्या पाहिजेत.

एकवार मी मेळघाट ह्या अभयारण्यात हिंडताना चढाच्या वाटेवर वाघाचा माग पाहिला. माझ्या सोबत वनाधिकारी मारोतराव चितमपल्ली होते. त्यांनी एक पडलेली काटकी उचलली आणि तिने उठलेल्या ठशाभोवती चौकोन आखला. तो किंचित लांबट आहे असं बघून चितमपल्ली म्हणाले, "ही मादी दिसते." चौकोन म्हणजे नर. लांबट चौकोन म्हणजे वाघीण. जंगलातल्या वाटांवर पुष्कळदा

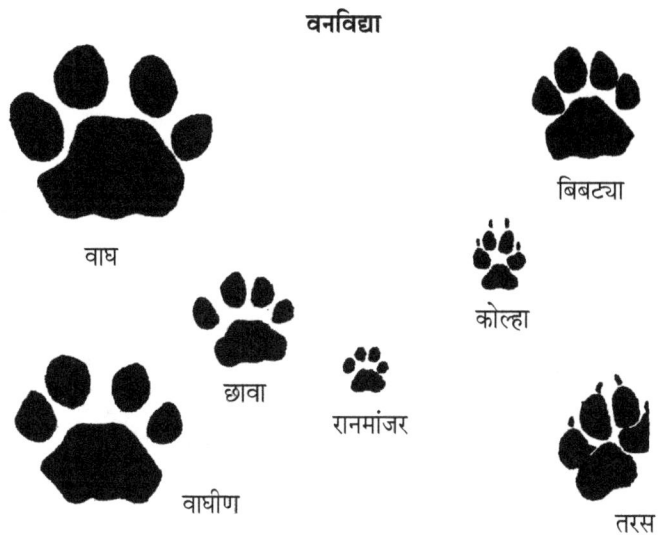

वनविद्या

वाघ

बिबट्या

कोल्हा

छावा

रानमांजर

वाघीण

तरस

अगदी सकाळी स्वच्छ ठसे दिसतात. हा ठसा वाघाचा, बिबट्याचा का तरसाचा हे आपल्याला कळलं पाहिजे.

जंगलातील पाण्याच्या जागा म्हणजे जनावरांच्या, पक्ष्यांच्या पायाचे ठसे उमटण्याचे खात्रीचे ठिकाण. उन्हाळ्यात अगदी सकाळी पाण्याच्या काठावर जावं आणि बारीक नजरेनं पाहावं. गव्यांचे खूर दिसतात, चितळाचे, सांबराचे, नीलगाईचे खूर दिसतात. जे जे प्राणी आणि पक्षी पाण्यावर आलेले असतात, ते आपल्या सह्याच तिथं ठेवून गेलेले असतात.

पाण्याकाठची झाडेही बरीच माहिती आपल्याला देतात. रानडुक्कर, सांबर असले प्राणी, कातडीला डसलेले चावरे कीटक पाडून टाकण्यासाठी राडीत लोळून राड वाळल्यावर अंग झाडाच्या खोडाला घासून पोपडे पाडतात. अशा राड अंगे घासलेल्या खुणाही पाण्याशेजारच्या झाडांवर दिसतात. खोडावर लागलेला चिखल किती उंचावर आहे हे पाहून आणि खोडाला चिकटलेले केस पाहून हा प्राणी रानडुक्कर आहे का सांबर आहे, हे ठरवावे लागते.

डुकराच्या, सांबराच्या लोळणीच्याही जागा असतात.

ससासुद्धा संध्याकाळी चरायला बाहेर पडताना लोळतो. रेहेकुरीच्या अभयारण्यात मी सश्याच्या लोळण जागा पाहिल्या आहेत. हे गोल, तव्याच्या आकाराएवढे खळे मातीत दिसते, तिथे सशाचे केस पडलेले असतात. चितूर पक्ष्याची मातीत आंघोळ करण्याची जागाही अशीच दिसते पण तिथे केसाऐवजी लहान पिसे पडलेली असतात.

गवतात हरणे ज्या जागी बसतात, त्या जागचे गवत त्याच्या अंगाने चेपलेले, उष्णतेने कोळपलेले दिसते. ह्या ठिकाणी एक हरिण मादी, तिचे एक वर्षाचे शावक आणि एक लहान शावक बसले होते, ह्याच्या खुणा स्पष्ट ओळखता येतात.

जंगलात जागोजागी आढळणारी वाळवीची वारुळे निरीक्षणासाठी अद्भुत ठिकाणं असतात. वारुळ नीट पाहून पूर्व आणि पश्चिम दिशा सांगता येते. वारुळांच्या बाहेरचा तट काही गोलाकार नसतो, बाहेर निघालेल्या उभ्या कोरा दिसतात. उन्हाचा तडाखा सौम्य करण्यासाठी पूर्व आणि पश्चिम बाजूच्या कोरा इतर कोरांपेक्षा अधिक पुढे काढलेल्या असतात.

वारुळात नाग राहतो हे आपल्याला ठाऊक आहे, पण नागाप्रमाणे अनेक प्राणी ही बिळे घर म्हणून उपयोगात आणतात. नागझिरा अभयारण्यात मी घोरपड वारुळात राहिलेली पाहिली आहे आणि ससाही पाहिला आहे. मनुष्यप्राणी वस्ती करताना ओढा, नदीचा काठ निवडतो. जंगलातही नाल्याच्या काठी बऱ्याच प्राण्यांची बिळे दिसतात. सायाळ, माऊसडियर, ह्यांची बिळे मी नागझिराच्या नाल्याकाठी पाहिली आहेत. बाहेर पडलेल्या विष्ठेवरून बीळ कुणाचे आहे हे कळते.

वारुळाभोवती चितुराची पिल्लं चरतात. त्यांना वाळवी खायला आवडते. वाळवी आपल्या पिलावळीसाठी वारुळात एकप्रकारची अळिंबे वाढवते. ते खाद्य लुबाडण्यासाठी ढिगभर श्रम करण्यास अस्वल तयार असते. शनिवारी टेकडीवरच्या मारुतीपुढे नारळ फोडून खोबऱ्याचा लहानसा तुकडा ठेवतात हे माहीत झाल्यावर तेवढा तुकडा मिळवण्यासाठी उंच टेकडी चढून उतरणाऱ्या अस्वलांचे उदाहरण एम. कृष्णनने आपल्या पुस्तकात दिले आहे.

आपली समजूत असते की काळवीट हरणाचे, चितळाचे कळप असतात. कळपाचा प्रमुख एखादा पुष्ट काळवीट नर असतो. पण काळविटाच्या कळपात सगळ्या माद्या आणि शावके असतात. ह्या माद्याही एकमेकींच्या नात्यातल्याच

असतात. लहान मोठी तीन-चार हरणं दिसली की समजावं हरिणी, तिची बहीण, तिचं एक-दोन वर्षं वयाचं एक पाडस आणि नुकतंच जन्माला आलेलं पाडस असा हा कळप आहे. कळपाचा वाटाड्या किंवा म्होरक्या एखादी अनुभवी मादीच असते. मोठे नर नर मिळून हिंडतात. तरुण नरही एकत्र हिंडतात. सरमिसळ होते ती माद्या वाफेवर येण्याच्या काळात.

वाघ रानात एकटा हिंडतो. पिल्लं सांभाळणे आणि त्यांना शिकार करायला शिकवणं हे काम मादी करते. हत्तीही एकटा हिंडतो. हत्तीच्या कळपात माद्या आणि लहान पिल्लं असतात. कळपाचं प्रमुख पद अनुभवी, वडील हत्तीणीकडे असतं. नर पिल्लू वयात आलं की त्याला कळपाबाहेर घालवून दिलं जातं. भावाबहिणीत संबंध येऊन वंशहानी होऊ नये असाच निसर्गाचा हेतू असतो.

वाघ गुराला धरतो तेव्हा मानेवर पाडून त्याचा कणा मोडतो. मागील फऱ्याकडून खातो. खाण्याआधी पोटला काढून आठ दहा फूट लांब टाकतो. बिबट्यापाशी एवढी स्वच्छता नाही. तो हरिण, बकरे गळा दाबून मारतो. फुफ्फुस, काळीज असले मऊ भाग प्रथम खातो. जंगलात मारलेले जनावर नीट पाहिले, तर खाणाखुणांवरून ते वाघाने मारले आहे का बिबट्याने का रानकुत्र्याने, हे कळते.

जॉर्ज शेल्लर नावाचा अभ्यासक एकोणीसशे चौसष्ट साली कान्हा अभयारण्यात वाघाचा अभ्यास करण्यासाठी वर्ष, दीडवर्ष राहिला होता.

रानातल्या सगळ्या वाघांना तो ओळखत असे. वाघाच्या डोळ्यावरच्या काळ्या ठिपक्यात वेगळेपणा असतो. त्यावरून प्रत्येक वाघ वेगळा ओळखता येतो असं शेल्लर लिहितो.

कान्हा जंगलातील एका झऱ्यावर वाघीण आणि तिची पिल्लं पाण्यावर येत. शेल्लरने पासष्ठ सालच्या 'लाइफ' साप्ताहिकात वाघावर लेख लिहिले होते. त्यात घालण्यासाठी फोटो हवेत म्हणून कोणी फोटोग्राफर लाइफने पाठवला.

वाघीण आणि तिची दोन पिल्लं ज्या झऱ्यावर पाणी पिण्यासाठी येत, त्या झऱ्याशेजारी कापडी लपण उभारून शेल्लर आणि फोटोग्राफर बसले. हळूहळू, एक एक दिवसानी त्यांनी लपण आणि झरा ह्यातील अंतर कमी करत आणले. शेवटच्या दिवशी लपणात बसल्यावर शेल्लर कॅमेरा वागवण्याच्या ओझेवाल्या माणसाला म्हणाला, "आता वाघ येईपर्यंत आम्ही इथं बसतो. तू मात्र बोलत बोलत परत जा. म्हणजे वाघिणीला वाटेल की आलेली माणसं परत गेली."

यावर फोटोग्राफर म्हणाला, "एकच गेला. दोघं इथंच आहेत, हे तिला नाही का कळणार?"

यावर हा थोर अभ्यासक म्हणाला, "नाही. वाघाला वजाबाकी येत नाही."

वर्षभरात, वाघांनी मारलेल्या प्राण्यांच्या मुंड्या गोळा करून शेल्लरने आपल्या राहत्या जागेच्या छपरावर टाकल्या. घारी, कावळे, ट्रीपाय असल्या पाखरांनी त्यावरचे मांस, कातडे खाऊन टाकले आणि मुंड्या स्वच्छ झाल्या. मग दातावरून शेल्लरनी त्या प्राण्यांची वये ठरवली. शेवटी त्याने असा निष्कर्ष काढला की, एका यशस्वी शिकारीमागे वाघाचे वीस प्रयत्न फुकट जातात. तरुण, पुष्ट असे प्राणी वाघांना फार क्वचित सापडतात. त्यानं मारलेले प्राणी वय झालेले किंवा आजारी किंवा अपंग किंवा बचावाची शक्ती नसलेली लहान पिल्लं असतात. प्रसंगी वाघ खेकडेसुद्धा खातो. सायाळासारखी जनावरे पकडताना त्याच्या जबड्याला, पंजांना, पोटाला सायाळीचे तीक्ष्ण काटे घुसून जखमा होतात. काटे इतके रुतलेले असतात की ते उपसून त्याचे त्याला काढता येत नाहीत. वाघ अपंग होतो. अपंग झाला की त्याला जंगली प्राण्यांची शिकार करता येत नाही. सहज सापडणारी, मनुष्यवस्ती नजीकची गुरेढोरे तो मारू शकतो. शेतकऱ्यांना उपद्रव सुरू होतो. संचारासाठी विस्तीर्ण जंगल असले आणि त्यात हरिण, रानडुक्कर, सांबर असले प्राणी विपुल असले तर वाघ गुरेढोरे कशी मारील? ते काही त्याचे अन्न नव्हे.

आता पट्टेरी वाघ दृष्टीला पडण्यासाठी संरक्षित अरण्येच धुंडावी लागतात. राजस्थानमधील रणथंबोर, मध्य प्रदेशातील कान्हा, ह्या अरण्यात मी पट्टेरी वाघ पाहिला. कारबेट पार्क, सुंदरबन ही अरण्ये मी पाहिलेली नाहीत. मेळघाटला आणि ताडोबाला मला वाघ दिसला नाही.

वाघ नाहीसा झाला तर तो निर्माण करणं माणसाच्या हाती नाही. नाहीसा झालेला वन्य प्राणी जन्माला यायचा म्हणजे एक आकाश जाऊन दुसरं जन्माला यावं लागतं.

प्रतिमा, दिवाळी - १९९४

रानातली रेखाटनं

एकोणीसशे ब्याऐंशीच्या नोव्हेंबर महिन्यात आम्ही चार जण राजस्थानला गेलो होतो. श्री. प्रकाश गोळे, सौ. गोळे, जस्टिस पटवर्धन आणि मी. प्रकाश गोळ्यांनी खूप कल्पकतेने आणि परिश्रमानं हा प्रवास आखला होता. परिचयाच्या संस्थांना आणि व्यक्तींना पत्रे लिहून हवी ती माहिती जमवली होती. राजस्थानमधल्या महत्त्वाच्या वेट लँडस, म्हणजे जलाशय पाहावेत आणि पाणपक्ष्यांची, विशेषकरून करकोच्यांची स्थिती बघावी, हा त्यांच्या अभ्यासाचा प्रमुख विषय होता. सौ. गोळे यांचा जिऑलॉजी हा अभ्यासाचा विषय होता. जस्टीस पटवर्धनांना वनस्पतीशास्त्रात उत्तम गती होती. मला प्रवासाची आवड शिवाय वन्य प्राणी, पक्षी, झाडेझुडे यांची रेखाटने करण्यात फार उत्साह होता.

वेळेची बचत व्हावी म्हणून आम्ही जयपूरपर्यंत विमानानं गेलो. तिथं ॲम्बेसिडर गाडी आणि ड्रायव्हर रोजी भाड्यावर मिळवला आणि निघालो. मुक्काम करायची वेळ आली की, सरकारी विश्रामगृह शोधायचे आणि दिवसभर हिंडत राहायचं असं ठरवलं. श्री. प्रकाश गोळे ह्यांनी प्रवासासाठी आवश्यक असे नकाशे गोळा केले होते. ह्या प्रवासात माझ्या लक्षात एक गोष्ट आली, माणदेश आणि राजस्थान ह्या दोन प्रदेशात बरंच साम्य आहे. नेपती, बोराटी, तरवड ही माणदेशातली झाडंझुडपं इथंही विपुल आहेत. रुई आहे. कडू इंद्रावणीची फळं आहेत, रुचकर शेंदण्याचे वेल इथं नेपतीच्या झुडपांवर लोंबताना दिसतात. माणदेश किंवा मराठवाड्यातल्या ज्वारीच्या पिकात टाकून शेंदण्या मिळवाव्या लागत नाहीत.

माणदेशात मी लहानपणी पाहिलेली माळठिसकी, म्हणजे चिंकारा जातीची लहान हरणं इथंही आहेत. शिवाय पकुर्ड्या, चितूर, पठाणी, होले, लार्क पक्षी विपुल आहेत. घारी, गिधाडं, ससाणे, गरुड जागोजागी दिसतात.

श्री. प्रकाश गोळे पाणपक्ष्यांची खानेसुमारी करत, पटवर्धन झाडे, वेली

पाहत, सौ. गोळे अश्मीभूत लाकूड धुंडत आणि हे सगळे जण आपापल्या नादात असताना मी कसली-कसली रेखाटनं करी.

वाळवंटातील चिंकारा जातीची हरणं रुइची फुलं खाताना मी पाहिली.

बाँडपेपरची बाईंड केलेली वही आणि काळी शाई भरलेलं फाउंटन पेन, गळ्यात दुर्बीण एवढं साहित्य माझ्यापाशी असे. जे-जे दिसे ते सगळंच मला रेषात पकडता आलं नाही. बरीच रेखाटनं मी रानात उभ्या-उभ्या केलीत. काही जागी बसायला जागा मिळाली आहे. काही रेखाटनं बसायला जागा नाही, पुरेसा उजेड नाही म्हणून करता आली नाहीत.

राजस्थानात बंधारे घालून केलेले जलाशय पुष्कळ दिसतात. नवे आणि जुने. मानसागर, भिलाईसागर, रामसागर अशी त्यांची नावं आहेत. गाडी रस्त्यावर ठेवून पायपीट करत आम्ही जलाशय पाहत असू. नाना जातीची बदकं, करकोचे, हंस दिसत. प्रकाश गोळ्यांपाशी स्पॉटिंग स्कोप होता. तो तिकाटण्यावर लावून ते दूरवरचे पक्षी पाहत. त्यांची जात ओळखत, मोजदाद करत. हे काम चालू असताना उंच बंधाऱ्याच्या आडोशात बसून मी रेखाटन करून घेई.

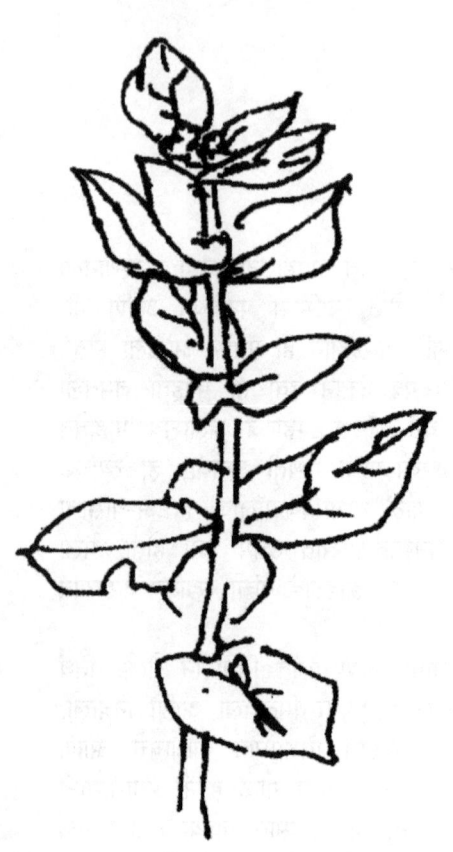

जैसलमेर ते पोखरण ह्या मार्गावरनं भल्या सकाळी आम्ही जाताना रस्त्यावर पडलेला चिंकारा दिसला. पहाटे वेगानं जाणाऱ्या ट्रकचा धक्का लागून हा मेला असावा. उभा राहून मी त्याचं रेखाटन करेपर्यंत कावळे जमा झाले आणि त्यांनी चोची लावायला सुरुवात केली.

काववळे भक्ष्यावर तुटून पडतात. पुण्याच्या के.ई.एम. हॉस्पिटलमध्ये अगदी वरच्या मजल्यावर गॅलरीत उभा असताना मला समोरच्या शिरीष वृक्षावरून चिमणीचा आक्रोश ऐकू आला. चिमणीचे हे ओरडणे नित्याचे नाही. हा आकांत आहे, हे कळले. शिरीषाचे झाड गॅलरीला लागूनच आहे. मी नीट पाहिले तर कावळ्यानं चांगली धडधाकट चिमणी पकडली होती, आणि तिला पायाखाली दाबून तो मोठ्या डहाळीवर बसला होता. चोचीने टोचे हाणीत होता. काही क्षणात त्यानं चिमणी मारली आणि तोडून-तोडून खाल्ली.

आत्तासुद्धा काही मिनिटांत लालभडक रक्ताचा ओघळ रस्त्यावर दिसू लागला.

राजस्थानात अतोनात गुरे आहेत

आमच्या रजपूत ड्रायव्हरला मोह झाला. तो म्हणाला, 'आयती शिकारी मिळालीय.' गाडीत टाकून घेऊन जाऊ. रेस्टहाउसमध्ये सोलू. सकाळ-संध्याकाळी खाऊ.

'वाइल्ड लाइफ प्रोटेक्शन ॲक्ट'नुसार हरणाची शिकार हा गुन्हा आहे. ही शिकार ट्रकनं केली की, आम्ही केली हे कसं सिद्ध करणार?

आम्ही सर्वांनी नकार दिला, तेव्हा तो ड्रायव्हर नाराज झाला. चिंकारा कावळ्यांच्या स्वाधीन करून आम्ही पुढचा रस्ता धरला.

आपल्या देशात चरणारी गुरं सगळीकडेच दिसतात.

रणथंबोरमधील मोर

राजस्थानात थोडी जास्तीच दिसतात. गुरे, शेरडे, मेंढरे अतोनात असली की, ती चरत-चरत जमिनीला उघडीबाघाडी करून सोडतात. ह्यातून नापीक जमिनी निर्माण होतात.

रणथंबोर ह्या राजस्थानातल्या सुरेख अभयारण्यात आम्ही एक-दीड दिवस राहिलो. तळ्याच्या काठावर असलेल्या रेस्टहाउसच्या आसपास मोर चरताना दिसत. त्यांचे पिसारे झडून गेले होते.

नोव्हेंबर महिना होता. अंगाभोवती काही लपेटून घेतलं की बरं वाटे. माणसं उन्हाला बसलेली दिसत.

एखादा दिवस असा जाई की, सकाळपासून संध्याकाळपर्यंत मला काही चितारायला मिळत नसे.

गावाबाहेर दूर असलेल्या टोंक रेस्टहाउसमध्ये अगदी दिवेलागणीला आम्ही पोहोचलो. खूप दमलो होतो. सामानसुमान गाडीतून काढून आत आणेपर्यंत मी बाहेरच्या बाकड्यावर बसलो.

आतल्या प्रवेशद्वारावर मोठ्या पानांचा वेल चढवलेला होता, आणि रात्रीच्या वस्तीला एक चिमणा अंग फुगवून त्यावर बसला होता. बसल्या बसल्या मी त्याचं रेखाटन करून घेतलं.

राजस्थानात पांढरे होले खूप दिसतात.

पांढरे होले राजस्थानात खूप दिसतात. इतके की, आपण मोटारीतून जात असताना रस्त्याच्या पलीकडे टेलिफोनच्या तारांवर ओळीत बसलेले असतात. बराच वेळपर्यंत दिसतच असतात. माणदेशातही असेच पांढरे होले दिसत. बऱ्याच पांढऱ्या होल्यांची रेखाटनं मी केली.

रेस्टहाउसच्या गॅलरीत बसलं की, समोर विस्तीर्ण तळं दिसे. ह्या

रणथंबोरमधील चहा पिणारी कोकाटी

तळ्यावर पाणी प्यायला आलेली वाघीण आणि तिची दोन पिले आम्ही पाहिली.

गॅलरीत बसून आम्ही चहा घेतला तेव्हा कठड्यावर बसलेली पिटुकली कोकाटी नाचत-नाचत आमच्या टेबलावर आली आणि कपात उरलेला थोडासा चहा मोठ्या चवीनं तिनं प्यायला.

जयपूरचं प्राणीसंग्रहालय आम्ही पाहिलं कारण तिथं माळढोक पक्षी होता. खार, काळविटं आणि अनेक पाणपक्ष्यांची रेखाटनं मला इथं करायला मिळाली. इतरत्र रानावनात ती मिळणं अशक्यच. कारण रेखाटनं अतिशय जलद करूनही प्राणी किंवा पक्षी संपूर्ण मिळता मिळत नाहीत. प्राणी संग्रहालयातला प्राणी किंवा पक्षी आणि रानातले प्राणी किंवा पक्षी ह्यात फरक असतोच.

रानात रेखाटनं करायची इतर हत्तीवर बसून हिंडावं, पाहिजे तिथं हत्ती उभा करावा आणि रेखाटन करावं. बैलगाडीलाही पक्षी किंवा प्राणी बुजत नाहीत. जीप गाडीत पुढच्या, ड्रायव्हरच्या शेजारच्या सीटवर बसूनही रेखाटनं करता येतात.

नागझिरा, ताडोबा, कुरोली ह्या ठिकाणी मी वानरांची आणि माकडांची रेखाटनं केली आहेत. वानरं, माकडं बुजत नाहीत. एखाद्या झाडाच्या बुंध्याआड बसून आपल्याला भराभर रेखाटनं करता येतात.

रात्री बाहेर पडणारे प्राणी आणि रातवा, घुबड, पिंगळा ह्यासारखे पक्षी हे मात्र प्राणीसंग्रहालयात जाऊनच करणं बरं. कारण जंगलात ती करायला मिळणं कठीण.

मेळघाटला संध्याकाळी साडेसातच्या पुढं, मारलेल्या गाईला खाणारा बिबट्या पाहात मी आणि सुभाष अवचट मोहाच्या मोठ्या झाडावर मचाण बांधून एक तासभर बसलो होतो. हा प्रकार कधी दिवसा पाहायला मिळाला, तर किती सुरेख रेखाटनं करता येतील असं मनात आल्यावाचून राहिलं नाही. पण, हे दृश्य दुर्मीळच. दिवसा बिबट्या दिसणंच कठीण, दिवसा तो जाळीत झोपतो आणि दिवस मावळला म्हणजे बाहेर पडतो.

मला रानातला ससा अजून रेखाटायला मिळालेला नाही. मी संधी पाहतोय, गेली चाळीस वर्षं.

∎

गुलमोहर, मे, १९९०

अन्नासाठी दाही दिशा

देवीदास कवीनं आपल्या प्रार्थना शतकात म्हटलं आहे –

'अन्नासाठी दाही दिशा
आम्हा फिरविशी जगदीशा'

जंगलातले प्राणी-पक्षी रोजचं अन्न मिळवण्यासाठी जो आटापिटा करतात, तो पाहिला की, देवीदासाची ही प्रार्थना त्यांचीही असावी असं वाटतं.

पट्टेरी वाघाचा दिनक्रम पाहिला की, ह्याचा बहुतेक वेळ अन्नाच्या शोधातच जातो असं आढळतं. हरिण, बारशिंगा, सांबर, डुक्कर, नीलगाय, गवा ह्यांचीच शिकार वाघ करतो असं नाही. पक्षी, सरपटणारे प्राणी, मासे, वानर हे सुद्धा तो खातो.

निरीक्षकांनी केलेल्या नोंदीत आपल्या गावीही नाहीत, असे काही वाघाचे खाद्यपदार्थ आहेत. घोरपड (पेरी १९६४), सर्प (बर्टन १९३६), कासव (आगवेन १९६२), मगरी (एंजिल्स १८९२), बेडकं (काल्डवेल १९२५), मासे (अरमायवेल), खेकडे (१९३६).

अर्थात हे काही वाघाचं रोजचं खाणं नाही. आपतधर्म म्हणून हे खाल्लेलं असणार. त्याच्यावरून एक गोष्ट कळते की, वाघाला रोज जनावर मिळत नाही. हरिण, सांबरासारखी एक शिकार मिळवण्याआधी वाघाचे वीस प्रयत्न फुकट गेलेले असतात, असं शेल्लर सांगतो. शिवाय हेही सांगतो की, आजारलेलं, म्हातारं, दुर्बल, नाकळतं पाडस असलंच वन्य जनावर वाघाची शिकार होतं. ऐन भरातलं, तरुण, सशक्त, पुष्ट जनावर वाघाला मिळत नाही. म्हणून तर वाघाच्या विष्ठेत मोराच्या अंड्याची टरफलं, माती (ही फक्त ऑक्टोबर आणि डिसेंबर महिन्यातच मिळाली. म्हणजे हे नित्याचे खाणे नव्हे.) खेकड्याची कवचं मिळतात. भुकलेला वाघ, मेलेलं गुरंसुद्धा आनंदानं खातो. बैल, म्हैस ह्यासारखं बांधून ठेवलेलं जनावर मारल्यावर पोटभर खाण्यासाठी वाघाला दीड ते अडीच तास खावं लागतं. साधारण पंचवीस पौंड मांस वाघाला रोज लागतं. भुकेलेला वाघ एकावेळी चाळीस ते साठ पौंड मांस खातो. म्हणजे वाघ त्याच्या वजनाच्या एक पंचमांश खाणं खातो.

हे मिळवण्यासाठी त्याला दिवसभर आणि रात्रीच्या वेळीही कष्ट करावे लागणारच. ह्या कष्टांपैकी बरेच कष्ट चालण्याचे असावेत. रोज दहा-बारा मैल रपेट वाघाला करावी लागतेच. सँडरसनची नोंद आहे, एका वाघानं दहा तासात तेवीस मैल अंतर पार केलं.

वाघ म्हणजे जंगलाचा राजा. पोटापाण्यासाठी त्याला एवढं कष्टावं लागतं, तर इतरांना काय करावं लागत असेल?

अमुक एक जंगली प्राणी अमुक खाद्य खातो, असं आपल्याला माहीत असतं. रानडुक्कर हे शाकाहारी आहे. कंदमुळं झाडावरून खाली पडलेली फळं, फुलं खातं. गावच्या रानात येऊन भुईमुगाच्या शेंगा, ऊस, रताळी, गाजरं खातं एवढं आपल्याला माहीत असतं.

नागझिरा अभयारण्यात दिवस मावळल्यानंतर जंगलात हिंडताना मला एकदा वाऱ्याच्या झुळुकीवर आलेला वास जाणवला. जवळपास कुठंतरी वाघानं जनावर मारलं असावं वाटलं. तपास लावता-लावता जाळीआडून काड्ऽकाड्ऽ असा हाडं फोडल्याचा आवाज आला. हलके जाऊन बॅटरी टाकून बघितलं, तर रानडुकरं दिसली. बिबट्यानं मारलेल्या गव्याच्या वासरावर ती डुकरं चरत होती.

मला वाटतं हाही आपतधर्मच असावा. रानडुक्कर मांसभक्षक नाही.

अन्नासाठी अस्वल हा प्राणी कठोर परिश्रम करणारा आहे. त्याच्या खाण्यात आजूबाजूला उपलब्ध असणारे खाद्यपदार्थ असतात. जांभळं, बोरं, आंबा, बेलफळं, मोहाची फुलं, बहावा झाडाच्या शेंगा, मध, वाळवीसारखे कीटक, ऊस हे अस्वलाचं खाणं आहे. निरीक्षक सांगतात की, अस्वलाचं खाणं काय-काय असतं हे आपल्याला सांगोपांग माहीत नसतंच.

एका हजार-दीड हजार फूट उंचीच्या टेकडीवर मारुतीचं देऊळ होतं. शनिवारी लोक ह्या अवघड टेकडीवर भक्तिभावानं जात. नारळ फोडत, देवीला गोडेतेल घालत. एका अस्वलाला हे माहीत झालं. ते अवघड पायवाट चालून वर जात असे. तेल घातलेली मारुतीची मूर्ती चाटत असे आणि भक्तांनी देवासमोर ठेवलेला खोबऱ्याचा तुकडा खाऊन परत येत असे. पसाभर गोडेतेल आणि एका आमटीलासुद्धा पुरणार नाही एवढा ओल्या खोबऱ्याचा तुकडा खाण्यासाठी दमछाक करणारी टेकडी चढून कोण जाईल?

नागझिरा अभयारण्यात हिंडताना मला अस्वलानं उकरलेली काही वारुळं दिसली. बुंध्याशी खोदलेला भोस्का जेवायच्या पितळीएवढ्या आकाराचा दोन अडीच फूट खोल होता.

तान्सू मेश्राम ह्या आदिवासी वाटाड्याला मी जेव्हा विचारलं, "तान्सू, हे बीळ कुणी आणि कशाला पाडलं बरं?" तर तो म्हणाला, "अस्वलानं जी! तो लाडू खातो, वारुळातले."

लाडू म्हणजे वाळव्यांनी वारुळात आपल्या पिलावळीसाठी केलेली मश्रूमची

लागवड की काय, हे मला तान्सूकडून समजावून घेता आलं नाही. पण बहुधा ते उधईचेच लाडू असावेत. नागझिराला आढळलेल्या अस्वलाच्या विष्ठेत कीटकांची कवचे आणि फळांच्या बिया आढळल्या. अस्वल झाडावर चढण्यातही पटाईत आहे.

मुंगूस ह्या प्राण्याचे खाद्य काय म्हणून विचारल्यावर आपण सांगू पक्ष्यांची अंडी, सरडे, कीटक, विंचू, बेडकं, उंदीर.

आमच्या एका मित्रानं पुण्यापासून चाळीस-पंचेचाळीस मैलावर आठ एकर जमीन घेऊन शेती सुरू केली. द्राक्षबाग लावली. त्याच्या बागेत द्राक्षाचे घोस दिसू लागले. आणि उत्तम द्राक्षघोस नाहीसे होऊ लागले. शेलके-शेलके घोस कोण कसे नाहीसे करते याचा शोध घेण्यासाठी हा मित्र एकदा पाळतीवर राहिला आणि सकाळी आश्चर्यचकित झाला. एक मुंगशीण आणि तिची तीन पोरं द्राक्षं बागेतील शेलके घोस खाताना त्यानं पाहिलं.

ह्याच मित्राने काही सुपारीची झाडं लावली होती. त्या झाडावरच्या सुपाऱ्याही कोणी खात होतं. पुन्हा त्या पाळतीवर राहिला, तर एक घोरपड झाडावर चढली आणि कच्च्या सुपाऱ्या ओरबाडू लागली.

सुपारीचं व्यसन माणसं करतात. घोरपडीलाही ते लागलं हे विलक्षण आहे! रोजचं खाणं दुर्मीळ झालं म्हणूनच हे प्राणी दुसरी खाणी शोधू लागले असावेत.

उन्हाळ्यात गवत वाळते. अन्नाचा तुटवडा भासतो तेव्हा सांबर झाडाच्या साली खाऊन वेळ निभावून नेते. सांबर हेदूची सालं खातं (ब्रँडर १९२३) असा उल्लेख आहे. शेल्लरने कान्हा अभयारण्यात वाघानं मारलेल्या सांबराचं चारवट (पोटातील न पचलेले अन्न) तपासलं, तेव्हा त्याला शेकडा पाच गवत, शेकडा पंचवीस आवळा फळे आणि सत्तर वेगवेगळ्या झाडांच्या सालीचा लगदा मिळाला. फेब्रुवारी महिन्याच्या चोवीस तारखेला केलेला हा तपास आहे. म्हणजे उन्हाळ्याची सुरुवातच. ही साल कोणत्या झाडाची होती, हे कळले नाही, असंही शेल्लर सांगतो.

नागझिरा अभयारण्यात हिंडताना मला अंजनाची साल सांबरानं खाल्ल्याच्या खुणा आढळल्या. बाभळीच्या शेंगा, शाल्मलीची फुले, पिंपळाची पिंपरे, उंबराची फळे हेही सांबराचं खाणं असतं.

माणदेश हा दुष्काळी भाग आहे. पावसाची अवकृपा हा माणदेशात नेहमी येणारा अनुभव आहे. दुष्काळाची हकिकत सांगताना माझ्या गावचे लोक सांगत, तात्या, आमी उंबराच्या दोड्या (कच्ची उंबरे) खाऊन जीव जगविला. गुरांना झाडपाला खाऊ घातला.

अरण्यातील काही जनावरांना हे प्रत्येक वर्षीच्या उन्हाळ्यात करावे लागत असावे. तात्पर्य हे की, जगण्यासाठी करावा लागणारा झगडा हा सगळ्याच प्राणीमात्रांचा भोग आहे. असं दिसतं की, मांस हे ज्याचं भक्ष्य आहे, त्या प्राण्यांना हा झगडा तीव्र स्वरुपात जाणवत असावा. जे मांसाहारी आणि शाकाहारीही आहेत त्यांना कमी जाणवत असावा. जे निव्वळ शाकाहारी आहेत, त्यांना आणखी कमी जाणवत असावा.

मांसाहारी पक्ष्यात काही लुटारू प्रवृत्ती यामुळेच आल्या असाव्यात. समुद्रगरुड हा पक्षी मासे आणि समुद्रसर्प खातो. आज तरी त्याचं अन्न सहज उपलब्ध नाही. म्हणून समुद्रगरुड मासेमारी गलबताची पाठ धरून उडत असतो. दुसऱ्या कोणी भक्ष्य म्हणून मारलेले मासे लुटून नेणे त्याला सोपे वाटते.

जमिनीवरचा गरुड (ट्वानी ईगल)ही लुटारू असतोच. दुसऱ्या पक्ष्यांनी केलेली शिकार हा पळवतो. 'साधली तर शिकार नाहीतर भिकार', ही म्हण त्याला ठाऊक नसते, पण तो भीक मागत नाही. (चिंपांझी वानर आपसात मागतात.) भिकेपेक्षा तो लुटारूपणा पत्करतो.

प्राणी आणि पक्षी ह्यांच्यातील प्रवृत्तींचे दर्शन माणसातही होतेच. कारण तोही प्राणीच आहे. पण प्राणी आणि पक्षी ह्यांच्यातल्या सत्प्रवृत्तीचे दर्शन माणसात क्वचितच होते. आधी निश्चय करून पद्धतशीरपणे एखाद्याचा खून करणं माणसात आहे, पशुपक्ष्यांत नाही. पशुपक्ष्यांतल्या इतरांचा हल्ला हा जीवघेणा नसतो. पराभव मान्य करून प्रतिस्पर्ध्याने निघून जावं ह्यासाठी असतो. प्राण्यात किंवा पक्ष्यात अतिप्रसंग किंवा जबरी संभोग आढळत नाही. मादी वाफेवर नसली तर कोणी प्राणी, पक्षी संभोग करीत नाहीत, माणूस करतो. कारण ह्यात आनंद, सुख आहे हे त्याला बुद्धीमुळे माहीत होते. प्रजा भारंभार होऊ नये ह्याबाबतीत प्राणी, पक्षी निसर्गाचे नियम मानतात, माणूस मानत नाही. निसर्गानं संख्या मर्यादित राहावी, वाढू नये म्हणून पाहिजे ती अक्कल सर्वांनाच दिली असावी, पशुपक्ष्यांनी ती पाळली आहे. माणूसप्राण्यांनी सोडून दिली असावी.

अन्नासाठी दाही दिशा पक्ष्यांनाही धुंडाव्या लागतात. माणूस जेवढा लहान, तेवढा अन्नासाठी जास्तीतजास्त आटापिटा त्याच्या वाट्याला येतो. वेगळ्या अर्थानं पक्षी जेवढा लहान, तेवढा खटाटोप त्याच्याही वाट्याला येतो. पक्षी धावाधाव किती करतो, यावर त्याचं खाणं असतं. पळापळ करणारा, उडणारा पक्षी जास्तीतजास्त अन्न खातो.

दोन हजार ग्रॅम वजनाच्या घरकोंबडीला पन्नास कॅलरी पुऱ्या होतात. एकशे एकवीस ग्रॅम वजनाच्या कबुतराला एकशे-सत्तावीस कॅलरी लागतात. दहा ग्रॅम वजनाच्या लहान पक्ष्याला पाचशे-एकोणनव्वद कॅलरी लागतात आणि चार ग्रॅम वजनाच्या फुलचुकीला एक हजार चारशे चाळीस कॅलरी लागतात. मोठ्या पक्ष्यापेक्षा लहान पक्ष्याला जास्त खाणं लागतं. कारण त्यांचा श्वासोच्छ्वास जलद होतो. हृदयाचे ठोके जलदगतीने पडतात. लहान पक्ष्यांनी खाल्लेलं अन्न भरकन पचतं. प्रयोगादाखल काही लहान पक्ष्यांना बिनबियांची लहान फळं खाऊ घातल्यावर, एका तासाच्या आत त्यांनी टाकलेल्या विष्ठेत त्यांचा तपास लागतो. लहान पक्ष्यांना जास्त अन्न

लागतं. साहजिकच अन्नासाठी त्यांना जास्त श्रमावंही लागतं.

चष्मेवाला म्हणून ओळखल्या जाणाऱ्या लहान पक्ष्यानं आमच्या बागेतल्या झुडपात वाटीसारखं लहानसं घरटं विणलं, त्यात अंडी घातली. ती उबवली जाऊन तीन कोवळे जन्माला आले. म्हटलं त्यांना भरवण्यासाठी आई-बाप रोज किती फेऱ्या मारतात, किती वेळा उडून बाहेर जातात, चोचीत आळ्या घेऊन कितीदा घरट्याकडे येतात, हे पाहावं. त्यांचे श्रम बघून आपण थक्क होतो.

ह्या वर्षीच्या पावसाळ्यात चष्मेवाल्याचं एक घरटं दृष्टीला आलं. त्यात तीन निळसर रंगाची अंडी होती. उबवण्याच्या कामात आई आणि बाप दोघंही गढून गेले. कधी ती कधी हा अंडी उबवत असे. दहा दिवसांनी पिल्लं जन्मली. त्यांनी बाळसेदार व्हावं, भराभर वाढावं म्हणून लहान-लहान आळ्या वेचून आणून त्यांच्या चोचीत भरवण्यास ह्या दोघांचा दिवस जाऊ लागला. पिल्लांना थोडे पर फुटले. अंडी उबवून पिल्लं बाहेर पडण्यासाठी लागतो तेवढाच काळ, पिल्लं मोठी होऊन घरट्याबाहेर पडायलाही लागतो.

पण त्याआधीच एक अपघात झाला. तिन्हीपैकी एक पिल्लू घरट्याबाहेरच्या लहान फांदीला लोंबकळताना आढळलं. हे बापडं मरून गेलं होतं. हे बाहेर कसं पडलं, का मरून गेलं हे कळलं नाही, कारण डोळ्याला दुर्बीण लावून रोज तिथं बघत बसणं शक्य झालं नाही.

एक तर्क असा की, तिन्ही पोरांना अन्न भरवताना दांडगी होती, त्या दोघांनी आईबापांनी आणलेल्या आळ्या ओढून खाल्ल्या. जे अशक्त, गरीब होतं त्याला दांडगाई, धुसफूस जमली नाही. ते अशक्त, अशक्तच होत गेलं. आणि बाकी दोघांच्या धसमुसळेपणानं घरट्याबाहेर ढकललं गेलं.

इंपिरिअल गरुडाच्या बाबतीत असं झाल्याची नोंद मी वाचलेली आहे. गरुडी अंतराअंतरानं तीन अंडी घालते, एकाच वेळी घालत नाही. (बहुतेक पक्षी एकामागून एक अंडी घालतात.)

ही गरुडी एक अंडं घातलं की, लगेच त्याला अंगाची ऊबही देऊ लागते. अंतरानं दुसरं घालते, तेव्हा ते उबेला घेते. तिसरे घालते तेव्हा तेही घेते.

ह्या प्रकारामुळे पहिल्या अंड्यातून बाहेर पडलेलं पोर बाकी दोघांपेक्षा धटिंगण होतं. आईनं आणलेलं खाद्य एकटंच खाऊन पहिलं आणि दुसरं मिळून तिसऱ्याला घरट्याबाहेर ढकलून लावतात.

आणि पुष्कळदा एकच पिल्लू जगतं आणि मोठं होतं.

चष्मेवाली सगळी अंडी एकदम घालते, का अंतरानं घालते, मला माहीत नाही. पण, माझा असा दाट तर्क चालतो की, तिचं तिसरं पोर उपासमारीनं मरून गेलं.

■

अभिजात, दिवाळी - १९९५

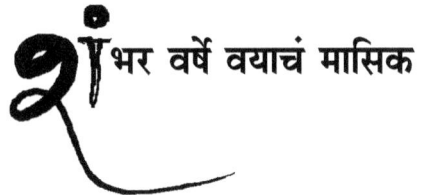

शंभर वर्षे वयाचं मासिक

अठराशे अठ्ठ्याऐंशी सालच्या ऑक्टोबर महिन्यात 'नॅशनल जिऑग्राफिक' मासिकाचा पहिला अंक प्रसिद्ध झाला. म्हणजे हे मासिक आता शंभर वर्षे वयाचं झालं आहे.

चार सामान्य माणसांपेक्षा वेगळा ध्यास घेतलेली तेहतीस माणसं, तेरा जानेवारी अठराशे अठ्ठ्याऐंशीला एकत्र आली. कॉसमॉस नावाच्या वॉशिंग्टनमधल्या एका क्लबात, त्यांनी निर्णय घेतला की, आपण जगाची अधिक ओळख करून घेऊ या. ह्या सोसायटीतर्फे 'नॅशनल जिऑग्राफिक' हे मासिक निघू लागलं. सुरुवातीला सोसायटीचे सभासद दोनशे होते. आता जानेवारी अठ्ठ्याऐंशीमध्ये ही संख्या एक कोट पाच लाख एवढी झाली आहे.

फार थोर लोक नॅशनल जिऑग्राफिक सोसायटीच्या संस्थापकात होते. पहिला अध्यक्ष ग्रीन हबर्ड, प्रसिद्ध संशोधक ग्रहाम बेलचा सासरा. पुढे ग्रहाम बेल स्वत:ही होता. दोन अमेरिकन प्रेसिडेंटही होते. एक विल्यम हॉवर्ड टाफ्ट, दुसरा कॅलविन कुलीज. आजपर्यंत 'जनरल ऑफ आर्मीज' हा किताबत फक्त दोघांना मिळालेला आहे. पहिला जॉर्ज वॉशिंग्टन आणि दुसरा जॉन जे. पार्शिंग. हा पार्शिंग नॅशनल जिऑग्राफिकचा सभासद होता.

पूर्वी मोटारगाड्या सुरू करायला हँडल मारावं लागे. नुसत्या चावीनं गाडी सुरू करता आली ते चार्लस केटरिंगनं लावलेल्या शोधामुळे. हा संशोधकही नॅशनल जिऑग्राफिकचा सभासद होता. शिवाय आणखी एक प्रसिद्ध माणूस म्हणजे पॅन-ॲम एअरलाईनचा फाउन्डर जुनाअ ट्रिपे. हा ट्रस्टी होता. ॲडमिरल रिचर्ड बायर्ड – आर्टिक प्रदेशाचा संशोधक – हाही होता.

सध्या जे ट्रस्टी आहेत, त्यात प्रेसिडेंट लिंडन जॉन्सनची पत्नी आहे. निवृत्त व्हाईस प्रेसिडेंट थॉमस मेकन्यू आहे. टेक्सास एअर कॉर्पोरेशनचा व्हाईस चेअरमन फ्रँक बोरमन आहे. यू.एस. एअर फोर्सचा निवृत्त चीफ ऑफ स्टाफ कर्टिल लेमे आहे.

संस्था मोठी होते, ती अनेक मोठ्या माणसांच्या कर्तृत्वामुळे.

गेली अनेक वर्षे मी या मासिकाचा वर्गणीदार आहे. मला ज्या-ज्या विषयांचं आकर्षण आहे, त्या-त्या विषयांवरचे लेख मी फार उत्सुकतेने वाचतो आणि त्यातली उत्तम प्रतीची रंगीत छायाचित्रं बघून आनंदतो.

विशेष करून माझं वाचन अंकातल्या प्राणी, पक्षी, झाडं, फुलं, नवी उत्खननं, सागरतळी असलेले प्राणी, बुडीत जहाजासंबंधीचे शोध, रानावनातल्या आणि पर्वत, नदी, सागर ह्यावरच्या धाडसी प्रवासासंबंधीच्या लेखांचं असतं.

आफ्रिकेमधल्या गिधाडांबद्दल नवी माहिती देणारी जेन गुडाल, चिनी पांडा ह्या प्राण्यांबद्दल सांगणारा जॉर्ज शेल्लर, अरेबियन नाइट्समधल्या सात सफरींतल्या सिंदबादच्या मागावर जाणारा रिम सेव्हरिन, खुळखुळ्या विषारी सापाच्या राहत्या ठिकाणाचा पत्ता लावत हिंडणारा विल्यम ब्राऊन, आर्टिक लांडग्यांबरोबर राहणारा डेव्हिड मेश, फिलिपाईन्समधल्या माकडउचल्या गरुडाच्या घरट्याइतक्या उंचीवर दोरीला लोंबकळत गेलेला रॉबर्ट केनेडी, पाच वर्षांच्या मुलाच्या उंचीचं आणि छत्तीस इंच रुंदीचं सुमात्रा जंगलातलं फूल पाहणारा विल्यम मेजर, भारतातल्या कान्हा नॅशनल पार्कमधल्या वाघांमागे लागलेला स्टन्ले ब्राऊन, श्रीलंकेतल्या जंगलातून पांढरचोच्या गरुड, चितळ, कासवं, बिबटे यांचं जीवन न्याहाळत हिंडलेला ऑथर क्लार्क, या सर्वांची ओळख मला नॅशनल जिऑग्राफिक मासिकातल्या पानांतूनच झाली. आपलं जग किती संकुचित, किती क्षुद्र आहे आणि बाहेरचं जग किती संपन्न, किती विशाल आहे, याची जाणीव झाली. ह्या मासिकामुळे माझ्या घरात बसल्या-बसल्या मी जगाच्या कानाकोपऱ्यांतून हिंडू शकलो आणि जे दिसावं म्हणून, जे कळावं म्हणून जिवाचा आटापिटा करावा लागतो, ते

डोळ्यानं बघू शकलो.

माझ्या संग्रही झालेल्या ढीगभर अंकातून कुठलेही असे नऊ अंक आता माझ्यासमोर आहेत आणि त्या अंकातून आलेल्या लेखांबद्दल मला भावलं ते सांगणार आहे. मला माहीत आहे की, ही शितावरून भाताची परीक्षा म्हणजे खरी परीक्षा नव्हे. भात कच्चा आहे का शिजलाय एवढंच ह्या परीक्षेतून कळतं. चव आणि स्वाद काही एक शीत चाचपून कळणार नाही. पण कमीतकमी वेळात होईल आणि सोपी जाईल अशी ही एक परीक्षा तूर्त तरी मला दिसते.

मधाचं बोट म्हटलं तरी वाचनातील गोडी एवढीच बाब दाखवल्यासारखं होईल. ह्या मासिकाच्या वाचनानं इतरही बरंच हाती लागतं.

वन्य प्राणी जीवनासंबंधी सुंदर सजविलेली, छान सोप्या भाषेत लिहिलेली माहिती सतत ह्या मासिकातून प्रसिद्ध होत आलेली आहे. विल्यम ब्राऊन म्हणतो की, 'टिंबर रॅटल स्नेक म्हणून ओळखल्या जाणाऱ्या सापांचा अभ्यास आजवर झालाच नाही. हे साप अमेरिकेचे रहिवाशी आहेत.'

सप्टेंबरच्या शेवटी-शेवटी, रात्री थंडी पडायला सुरुवात होते. रानात हिंडायला बाहेर पडलेले हे साप हळूहळू बिळं जवळ करायला लागतात. ह्यातले काही पकडले जातात. काही माणसांकडून मारले जातात. 'नवरा म्हणू नये आपला, साप म्हणू नये धाकला', ही म्हण सगळ्याच भाषांना माहीत असते.

ऑक्टोबरच्या मध्यावर थंडीचा कडाका पडतो. खुळखुळे साप आपल्या बिळात शिरतात. बिळाच्या अंधारात त्यांना सहा-सात महिने काढावे लागतात. ही बिळं जमिनीखाली असतात. गोठवणारी थंडी तेथे पोहोचत नाही. एप्रिल सरत आला, मे महिन्याची सुरुवात झाली की, एका जागी सुस्त पडलेले हे साप पुन्हा बाहेर जाऊ लागतात.

ही बिळं किंवा सापांच्या समाधी लावण्याच्या गुहा कधी बदलत नाहीत. विल्यमचं म्हणणं आहे की, 'त्या शेकडो, हजारो वर्षांइतक्या पुरातन काळापर्यंत वापरात असतात. आणि एखाद-दुसरं कुटुंब तिथं राहात नाहीतर कॉलनीच्या कॉलनी राहते. साप बाहेर पडून हिंडतात ते देखील या कॉलनीच्या परिसराभोवतीच.'

अशी एखादी पुरातन वस्ती सापडणं ही संशोधकांच्या दृष्टीनं भाग्याची गोष्ट असते.

एकदा मे महिन्यात, दगडधोंड्यांनी भरलेली ओहळाची दरड चढून हा विल्यम शांत जागी आपण कुठं काय पाहिलं ही टिपणं लिहित बसला.

आणि, एकाएकी वर चाळीस एक फूट अंतरावर खुळखुळ्या सापानं आवाज केला. हा संशोधक आवाजाच्या दिशेनं वर चढला, तर गवतानं भरलेल्या खिळग्यात वेगानं शिरणाऱ्या सापाचं शेपूट दिसलं. काही वेळ गेला आणि

जमिनीखालून कुठून तरी दुसरा आवाज आला. तीस एक फूट अंतरावर तिसऱ्याचा आला. हा विल्यम आपला उभ्या-उभ्या आपल्या टिपणवहीत सगळी टिपणं नोंदवत होता. लिहितालिहिता समोर नजर रोखून नीट पाहिलं, तर पायापासून काही अंतरावर खुळखुळ्या साप वेटोळं घालून गप्प बसला होता. पानापाचोळ्याच्या पसाऱ्यातून त्याला ओळखणं कठीण होतं. ह्याची नजर चार माणसांपेक्षा वेगळी, त्यामुळे त्याला दिसला.

म्हणजे विल्यमला सापाची समाधी-गुहा सापडली होती. तासाभरात हुडकाहुडकी केल्यावर त्याला दहा साप दिसले, पैकी सात त्यानं पकडले. आपल्या प्रयोगशाळेत ठेवून तो त्यांचं निरीक्षण करणार होता. रानातल्या सापाचं निरीक्षण आजपर्यंत विशेष असं झालं नव्हतं. खुळखुळ्या सापांची संख्या किती आहे, पैदास कशी होते, वाढ किती असते, जीवनमान किती वर्षे असते, हे जाणून घेणं आवश्यक होतं. विल्यम लहान-मोठे साप धरत होता. प्रयोगशाळेत आणून ही मादी आहे की नर आहे, हे बघत होता. वजन करत होता. सापाच्या शेपटाच्या टोकाशी असणाऱ्या खुळखुळ्यावर खुणा करत होता. नंबर टाकत होता आणि त्यांना रानात नेऊन सोडत होता.

न्यूयॉर्क स्टेटच्या उत्तरेला एकदा विल्यमने आणि त्याच्या मित्राने एक खुळखुळ्या साप पकडला. विल्यमनं त्याचं शेपूट न्याहाळलं आणि म्हणाला, 'ही सर्पीण अडतीस नंबरची आहे.'

विल्यमनं सहा वर्षांपूर्वी रानात तिला पाहिली. रानात त्याच्या दृष्टीला पडलेली ती पहिलीच मादी होती. तेव्हा ते लहान पिल्लू होतं. शेपटाकडचा डाव्या बाजूचा तिसरा खवला विल्यमनं कातरला होता, म्हणजे तीन आणि उजव्या बाजूचा आठवा कापला होता, म्हणजे आठ. तिनावर-आठ, अडतीस. त्या वेळी कधी काळी खुळखुळ्या सापाची ही मादी आपल्याला पुन्हा दिसेल असं विल्यमला वाटलंच नव्हतं.

ही मादी पकडून, इतर खुळखुळे साप ज्या नायलॉन पिशवीत टाकले होते, त्याच पिशवीत हिलाही टाकले. आणि ते गाठोडं डोंगराखाली वाहून नेण्यासाठी बॅग पॅकमध्ये म्हणजे पाठीवर बांधलेल्या पिशवीत घातलं.

प्रयोगशाळेत नेऊन ह्यांच्यावर रंगानं खुणा करायच्या होत्या. खवले कातरून नंबर घालायचे होते आणि हे झाल्यावर प्रत्येक साप ज्या जागी पकडला त्याच जागी नेऊन सोडायचा होता.

अडतीस नंबर अठ्ठाहत्तर साली पकडली तेव्हा ब्याऐंशी ग्राम वजनाची होती. तिची लांबी वीस इंच होती. म्हणजे ती एक वर्ष वयाची होती. आता ती वयानं सात वर्षांची झाली होती. वजनानं एक पौंडाच्या थोडी वर गेली होती

आणि तिची लांबी आता ब्याण्णव सेंटिमीटर झाली होती, म्हणजे आता ती आई होण्याजोग्या वयाची झाली होती.

अंगठ्यानं दाबून विल्यमनं तिचं पोट बघितलं. लहान अंडी लागली नाहीत. खुळखुळ्या सापाच्या माद्या सातव्या-आठव्या वर्षांपर्यंत शहाण्या होत नाहीत.

विल्यमनं शहाऐंशी साली, अडतीसला तिसऱ्यांदा पकडली. वयाच्या दहाव्या वर्षी ती अंडीवाली झाली होती. कावळा-कावळी जुगताना दिसत नाहीत, तसाच काहीसा प्रकार खुळखुळ्या सापांचाही आहे. जुगणारी नर-मादी दिसत नाही. फारच क्वचित त्यांचं जुगणं दिसतं.

विल्यम सांगतो की, त्यांच्या एका विण्यात व दुसऱ्या विण्यात तीन वर्षांचं अंतर असतं. विल्यमच्या कॉलनीत बारा वयात आलेल्या माद्या होत्या, पैकी तीन ते चारच गर्भार राहिल्याची नोंद आहे. ही निसर्गाची योजकता. विषारी खुळखुळे साप बेसुमार वाढू नयेत याची काळजी निसर्ग घेतो.

चौऱ्याऐंशी सालच्या मोसमात एकूण चौदा साप रस्त्यावर मेलेले दिसले. न्यूयॉर्कसारख्या स्टेटमध्ये रस्त्यावर जास्त साप मरताना दिसतात. हा साप विषारी आहे म्हणून माणसाकडून मारला जातो. शिवाय खुळखुळ्या सापाची लहान पिल्ले ससाणे खातात. दुसरे साप (ब्लॅक रेसर) खातात. कोल्हे खातात. बॉब कॅट आणि कोयाटो खातात. काही पिल्लं थंडीनं गारठून मरतात. निसर्ग संख्येवर नियंत्रण ठेवतो.

निसर्गानं सापाला विष दिलं आहे, ते काही माणसं मारण्यासाठी नाही. सापानं खाण्यासाठी धरलेला प्राणी लवकर मरावा म्हणून हे विष उपयोगी पडतं. पण, हे विष माणूस मरेल एवढं जबर असतं. आता वैद्यकीय उपचार प्रभावी आणि उपलब्ध असल्यामुळे अमेरिकेत दरवर्षी आठ हजार लोकांना सर्पदंश होतो, त्यातले केवळ दहा ते पंधरा मरतात.

धरलेले चार खुळखुळे साप पुन्हा जंगलात सोडताना सापाच्या पिशवीला हात लागला आणि आतल्या सापानं, हाताच्या अंगठ्याला बुडाशी दंश केला. दात रुतला. काही मिनिटात अँब्युलन्स आली. दोन तासात हात सुजून भप्प झाला. वेदना असह्य झाल्या. सात युनिट औषध घ्यावं लागलं. चार दिवस हॉस्पिटलमध्ये राहावं लागलं. सुटका होताच विल्यम तडक रानात गेला आणि खुळखुळ्या सापांच्या अभ्यासाला लागला.

रानात एकदा त्याला कोणी माणूस भेटला. दोघेही पायी चालणारे वाटसरू होते. ओळख झाली. बोलता-बोलता हा भेटलेला म्हणाला, ''मी हिकडं आजूबाजूला पुष्कळ खुळखुळे मारलेत. त्या तिकडं पलीकडे पुष्कळ आहेत.''

दोघेही तिकडे गेले. झुडपांतून दोन सांगाडे सापडले. विल्यमनं विचारलं,

'अरे, यांच्या शेपटांना रंग लावलेला आहे. तुझ्या लक्षात नाही आलं?'

'नाही... मला वाटलं हा रंग त्यांच्या शेपटांना असतोच.'

हे दोन्ही सांगाडे विल्यमनं घरी नेले. एक सहा वर्षांपूर्वी सोडलेला. हा आता चार फूट लांबीचा आणि दोन पौंड वजनाचा झाला होता.

आता ह्या सापांच्या संरक्षणासाठी न्यूयॉर्क स्टेटमध्ये कायदा झाला आहे. आता म्हणजे एकोणीसशे ब्याऐंशी सालापासून. कायद्याचा भंग करणाऱ्याला एक हजार डॉलर दंड होतो.

विल्यम म्हणतो की, खुळखुळे साप नष्ट होऊ नयेत, ते राहावेत. कारण, माणसानं ढवळाढवळ न केलेलं आपलं जंगल कसं होतं याचं दर्शन हे साप दिसताच होतं.

खुळखुळ्या सापाचा हा अभ्यास डॉ. विल्यम एस. ब्राऊन ह्या जीवशास्त्राच्या प्राध्यापकानं दहा वर्षे सुरू ठेवला आहे. या संशोधन कार्यासाठी नॅशनल जिऑग्राफिक सोसायटीनं मदत दिली आहे.

लेखात अतिशय प्रभावी अशी छायाचित्रं आहेत. दाट जंगलात डॉ. विल्यम मोठा खुळाखुळा साप धरताना टिपलेला एक क्षण आहे. रानातली आणखी तीन छायाचित्रं आहेत. अधांतरी उडालेला उंदीर आणि त्याला धरण्यासाठी जबडा वासलेला साप. दुसऱ्या चित्रात अंगाचं मोटलं झालेला उंदीर सापाच्या जबड्यात अर्धामुर्धा दिसतो आहे. तिसऱ्या चित्रात सापाचा लालभडक उघडा जबडा आणि त्यातून अर्धा इंच बाहेर डोकावणारं उंदराचं शेपूट.

जुलै सत्त्याऐंशीच्या अंकात हा सुरेख लेख प्रसिद्ध झाला आहे. सर्प ह्या विषयात ज्या कुणाला रस आहे, तो हा लेख वाचून सळसळेल.

एकोणीसशे साठ साली, डिस्कोरो रबोर नावाच्या फिलिपिनो शास्त्रज्ञानं, फिलिपाईन गरुड नाहीसा होतो आहे, सावधान! अशी ओरड केली आणि जगात सगळीकडे कळलं की, फक्त फिलिपाईनमध्येच आढळणारा हा गरुड वाचवण्यासाठी प्रयत्न केले पाहिजेत.

तीन-चार अमेरिकन पक्षीशास्त्रज्ञ एकत्र आले. त्यांनी फंड उभारला आणि ह्या गरुडाचा अभ्यास करण्यासाठी ते फिलिपाईनच्या मिंदानाओ भागात गेले. ज्या डोंगरी भागात गरुड राहत होते, तिथं लाकूडतोडीचा धंदा नव्यानं भरभराटीला येत होता. हजारो कामगारांनी जंगलात वस्त्या टाकल्या होत्या. शेतकऱ्यांनी झाडं तोडून जंगल जाळून अफाट जमिनी उजाड केल्या होत्या. जंगल नाहीसं होत होतं. गरुड नाहीसे होत होते. लोक ट्रॉफीसाठी गरुड मारत होते. जिवंत पकडून त्यांचं प्रदर्शन करत होते.

मिंदानाओ भागात दोनशे ते तीनशे गरुड आता उरले होते.

माकडं खाणाऱ्या या गरुड पक्ष्याच्या अभ्यासासाठी आणि संरक्षणासाठी काय आणि कसे प्रयत्न झाले, ह्याचं सुरेख दर्शन केनेडीच्या लेखातून होतं. हा लेख एकोणीसशे एक्याऐंशी सालच्या जून अंकात आला आहे. सुरुवात अशी आहे,

''हवेत भरारी घेणाऱ्या अत्यंत उमद्या अशा पक्ष्याबद्दलची माहिती मिळवावी म्हणून मी स्वतःला संकटात टाकलं होतं. दोन उंच झाडांमध्ये आडवा दोर बांधून त्याला हातीपायी लटकलो होतो. जमिनीपासून एकशेवीस फूट अंतर मला कातरायचं होतं. ह्या दुसऱ्या झाडावर फिलिपीन गरुडाचं घरटं होतं. ह्या घरट्यात गरुडाचं एक महिन्याचं पिल्लं होतं. मला त्याचं वजन करायचं होतं. मापं घ्यायची होती. फोटो घ्यायचा होता. नॅशनल जिऑग्राफिक सोसायटीच्यावतीनं चाललेल्या संशोधनाचा हा एक भाग होता.

मी घामाघूम झालो होतो. विलक्षण दमून गेलो होतो. आणि खच्चून भ्यालोही होतो. पिल्ल्याच्या आईनं बघितलं तर?

गरुडाची मादी माझ्यावर हल्ला चढवील का? चढवणारच. मी घरफोड्याच होतो. आपल्या पिल्लाला धोका आहे, ह्याची शंका आलेली आई हल्ला करणारच. पिल्लाचं संरक्षण तिनं करायचं नाही तर आणखी कुणी?

एवढ्यात पहाडातून माझ्या सोबत्यानं दिलेली आरोळी घुमली.

"आली रे आली!"

हे दोघं सोबती खाली जमिनीवर राहून फिल्म घेत होते. माझ्यापासून पासष्ट फूट दूर, दुसऱ्या झाडावर दडण करून आत बसलेला तिसरा मित्र कॅमेरा रोखून सज्ज होता.

मी दरीच्या वरच्या बाजूला दृष्टी टाकली. सात फूट पंख असलेली पिल्लाची आई झेपावत येत होती. पण, ऐनवेळी तिनं हल्ल्याचा विचार सोडून दिला. का ते तिलाच माहीत.

मी घाबरलो होतोच. जमिनीपासून एकशे सेहेचाळीस फूट उंचीवर असलेल्या घरट्याच्या कडेशी पोहोचलो. ते पोरही माझ्यावर भडकलं. अखेर तेही गरुडाचं पिल्लू होतं, होल्याचं नव्हे.

पुन्हा खालून मित्र ओरडला, "आली रे ती पुन्हा!"

डोळे वाचवेत म्हणून तोंडापुढे हात धरून मी बाजूला पाहिलं. तेवढ्यात पिल्लाच्या आईनं माझ्या खांद्यावर, डोक्यावर घातलेल्या हेल्मेटवर जबरदस्त झपाटा मारलाच.

हेल्मेटवर तीन इंचाचा ओरखडा उठला. माझा शर्ट फाटला. हातावर नखं ओरबाडून जखम झाली. पिल्लाचं रक्षण करण्यासाठी आई किती तत्पर असते ह्याच्याच त्या खुणा होत्या.

हा प्रसंग फेब्रुवारी एकोणीसशे एकोणऐंशी सालातला. नऊ वर्षे आधी, विद्यार्थी असताना मी हा पेंढा भरलेला गरुड पाहिला होता. माकड खाणारा गरुड म्हणून तो ओळखला जात असे आणि फक्त फिलिपाईन्समध्येच तो होता. पेंढा भरलेला गरुड पाहिल्यावरही त्याचा प्रचंड आकार, निळे-काळे डोळे, डोक्यावरच्या लांब पिसारलेल्या झिंज्या, वाकडी आखूड चोच, बलिष्ठ पाय, नख्या ह्या सर्वांचा विलक्षण प्रभाव मनावर होत होता.

ह्या पक्ष्यांसंबंधी जास्त माहिती करून घेतल्यावर मला वाटलं की, अभ्यासासाठी मला एक उत्तम विषय सापडलाय."

शेकडो तास मिंदानाओच्या डोंगरावर भटकल्यानंतर केनेडीला आणखी एक घरटं सापडलं. पुढे आणखी तीन सापडली आणि गरुडाच्या पिल्लाची वाढ ह्या गोष्टीचा अभ्यास करायला मिळाला.

ह्या गरुडाचं खाद्य केवळ माकड नसतंच. ह्या झाडावरून त्या झाडावर उडणारे अनेक प्राणी आणि पक्षी तो खातो. माडावरची मांजरं किंवा कलिंदरं, उडत्या खारी, तीस पौंड वजनाचे हरिण, घुशी, वटवाघुळं, घुबडं, धनेश, घोरपडी, अनेक जातीचे साप – ह्यात विषारी नागसुद्धा आहेत. ह्या खाद्यवस्तूंत

माकडांची संख्या फार मोजकी आहे, असं संशोधनानंतर ध्यानी आलं. संशोधनाच्या काळात फक्त पाच माकडं खाल्ली गेली होती. माकड खाणारा गरुड हे नाव बदलून मग 'फिलिपाईन गरुड' या नावानं तो ओळखला जाऊ लागला. नावात बदल व्हावा ही सूचना संशोधकाचीच.

साडेचार महिन्यांचं झाल्यावर गरुडाचं पिल्लू घरट्यातून बाहेर पडतं. उडायला शिकतं. घरटं सोडून फार दूरवर जात नाही. आणि ते जेव्हा दमा महिन्यांचं होतं, तेव्हा स्वत:ची शिकार स्वत: करतं असं ह्या संशोधकांना आढळलं. आई-बाप जेव्हा पुन्हा जुगतात त्या काळापर्यंतच ते आईबापाबरोबर राहतं. पुढे राहात नाही. दर दोन वर्षांनी गरुडाची मादी एक अंडं घालते. गरुड बरीच वर्षं जगतो. रोमच्या प्राणीसंग्रहालयात ठेवलेला गरुड एक्केचाळीस वर्षांचा होऊन मेला.

फिलिपाईनचं जंगलखातं गरुडाची पैदास करतं आणि पिल्लू जंगलात सोडतं. हा गरुड सांभाळणं, हे आता त्या राष्ट्राचं काम आहे.

अठराशे अठरामध्ये स्टॅनफोर्ड राफेल्स नावाच्या संशोधकाला सुमात्राच्या जंगलात एक फूल दिसलं. त्यानं लिहिलं आहे की, ह्या फुलाचं समग्र वर्णन कसं करावं? हे जगातलं विलक्षण फूल एक यार्डापेक्षा जास्तीच असं रुंदीला आहे. त्याचं वजन पंधरा पौंड आहे. हे जंगलातलं बांडगूळ आहे. द्राक्षवेलीच्या जातीतल्या वेलीच्या मुळातून हे बाहेर पडतं. कोबीच्या गड्ड्यासारखी दिसणारी कळी सालातून बाहेर पडते. कळीचं फूल व्हायला काही महिने लागतात. फूल उमलतं आणि चार दिवसांनी सुकून जातं. ह्या फुलाच्या शोधासाठी नॅशनल जिऑग्राफिक सोसायटीच्या मदतीनं विल्यम मेजर पश्चिम सुमात्राच्या जंगलात, शंभर मैलांच्या परिघात हिंडला. एके दिवशी दिवसभराच्या परिश्रमाचं फळ त्याला मिळालं. उमललेलं फूल दिसलं. ह्याची रुंदी साडेसत्तावीस इंच होती. पण पुढे दिसलेलं फूल छत्तीस इंच रुंदीचं होतं. ह्या दुर्मीळ फुलाचं स्थानिक भाषेतलं नाव 'बनग पटम' आहे. बनग म्हणजे फूल. पटम हा संस्कृत 'पद्म' पासून आला असावा.

ह्या उमललेल्या लालभडक फुलाची, कळ्यांची, सुकलेल्या फुलाची सुंदर छायाचित्रं जुलै पंच्याऐंशीच्या अंकात आहेत. सिंगापूर बोटॅनिक गार्डननं ह्या फुलाची लागवड करायला एक्याऐंशी साली सुरुवात केली. लागवडीचे पहिले प्रयत्न अठराशे चोपन्नमध्ये झाल्याची नोंद आहे. ते प्रयत्न यशस्वी ठरले होते. 'राफ्लेसिया अनोंलडी' हे या फुलाचं शास्त्रीय नाव आहे. कोणीही फुलवेडा ही हकिकत वाचून उमलेल.

मध्य प्रदेशातलं कान्हा नॅशनल पार्क प्रस्तुत लेखकानं म्हणजे मी पाहिलं आहे. हत्तीवर बसून तिथले वाघही पाहिले आहेत. पण डिसेंबर चौऱ्याऐंशीच्या

अंकात आलेला, 'टायगर, लॉर्ड ऑफ द इंडियन जंगल' हा स्टन्ले ब्रिडनचा लेख वाचल्यावर आपण काहीच पाहिलं नाही असं वाटलं. हा लेखक दहा वर्षे वारंवार भारतात येत होता आणि वाघाचा मागोवा घेत होता. कान्हा आणि राजस्थानमधल्या रणथंबोर अभयारण्यात त्यानं वाघ पाहिले. वाघांच्या निरीक्षणात तासन्‌तास, काही वेळा दिवसच्या दिवस घालवले. वाघ कसे राहतात, त्यांचं कौटुंबिक जीवन कसं असतं, वाघ-वाघिणी संबंध काय असतात, शिकारीची तऱ्हा काय असते, हे समजून घेतलं. जॉर्ज शेल्लरप्रमाणे हाही सांगतो की, 'बोटांच्या ठशांवरून माणूस ओळखता येतो, तसा डोळ्यांवरच्या खुणा, म्हणजे पांढरे-काळे ठिपके आणि चेहऱ्यावरचे पट्टे ह्या खुणांवरून प्रत्येक वाघ वेगळा ओळखता येतो.' ब्रिडनची बायको बेलिंडा ह्या कामात विशेष तरबेज होती. अर्जुन आणि स्नार्ल असे दोन वेगवेगळे वाघ ब्रिडनच्या ओळखीचे झाले. ह्यात स्नार्ल बलिष्ठ होता आणि अर्जुन हलका होता. प्रादेशिक अहंकार हा प्राण्यात असतोच.

एके दिवशी ऐन संध्याकाळी जंगलातल्या दोन खोल्यांच्या वास्तूत, घुबडाच्या हाका, स्टोन कर्ल्यू, रातवा यांचे आवाज ऐकत ही दोघं नवरा-बायको ओसरीवर बसली असताना, मधेच सांबरानं सावधानतेचा इशारा दिला. म्हणजे त्यानं वाघ पाहिला होता. काही वेळानं सगळं जंगल हादरून सोडणारी गर्जना ऐकू आली. इतर सगळे आवाज थांबले. ब्रिडनच्या पाठीच्या कण्यातून सणक गेली. माणूस नावाच्या प्राण्याला हादरून टाकणारा असा हा आवाज होता.

दोन वाघांच्या भांडखोर गर्जना कानावर पडायला लागल्या. दहा मिनिटं ह्या

युद्धआरोळ्या उठत राहिल्या आणि मग शांतता झाली. अर्जुननं सांबर मारलं होतं, तिकडून ह्या गर्जना ऐकू आल्या होत्या.

भल्या पहाटे बाहेर पडून ही दोघं पतिपत्नी अर्जुननं मारलेल्या सांबराकडे आली. शिकारीजवळ अर्जुन होता, पण त्याचं नेहमीचं रूप पार बदलून गेलं होतं. दोन डोळ्यांमधली कातडी निघून मांस दिसत होतं. ही जखम पार नाकापर्यंत आली होती. अर्जुन वरचेवर पुढच्या पायाचा पंजा ह्या जखमेवर फिरवत होता.

ह्या दोघांनी मग दुसऱ्या प्रतिस्पर्ध्याचा शोध घेतला. एका मैलावर, एका जाळीत स्नार्ल बसलेला दिसला. त्याच्या पुढच्या पायाला आणि खांद्याला हलक्या जखमा दिसल्या, म्हणजे हाच विजयी झाला.

ह्यानंतर तीन महिन्यांनी, आठ मैलांवर अर्जुन मरून पडलेला आढळला. तोंडालाच जखमा झाल्यामुळे त्याला शिकार करता आली नसावी. तो अखेर उपासमारीनं मेला असावा.

पांढऱ्याधोप रंगाची साल असलेल्या 'करू' झाडाखाली ह्या दोघा अभ्यासकांना एकाकी वाघीण दिसली. ती 'करू' खाली दिसली म्हणून त्यांनी तिचं नाव ठेवलं 'करू'. ही लेकुरवाळी होती. तिला तीन बच्चे होते.

मे महिन्यात एकशेपाच टेंपरेचर असताना एका थंड झाडाखाली करूनं शिकार ओढून आणून टाकली होती. हे चितळ हरिण होतं. शेजारी खडकातला लहान डोह होता. आई आणि तीन पोरं ह्या थंड पाण्यात बसली होती. त्यांची तांबडी-पिवळी अंगं चमचमत होती. काही मिनिटांनीच करू पाण्यातनं बाहेर आली आणि सावलीला जाऊन पसरली. एकामागून एक तिन्ही पोरं तिच्या जवळ आली आणि मग तोंडाला अंग घासू लागली. तोंडाला, मग सगळ्या अंगाला. आई पोरांची अंगं चाटत राहिली. हे वात्सल्य होतं.

त्याच दिवशी संध्याकाळी, हे दोघे जण आता एकट्या स्नार्लची मालकी असलेल्या भागात वाघ दिसतो का, हे पाहण्यासाठी हिंडत असताना, एका ओढ्यातल्या झऱ्याशेजारी करू बसलेली दिसली. ह्या दोघांना आश्चर्य वाटलं. करू आणि तिची पोरं राहत होती, त्या जागेपासून हा झरा जवळजवळ तीन मैलांवर होता. ती इथं का आली होती? पिल्लांना तिनं मागं का ठेवलं होतं? सहसा असं घडत नाही.

करू शेपटी हलवत होती. आणि नाल्यातल्या वरच्या बाजूला वारंवार अपेक्षेनं बघत होती. विव्हळल्यासारखा आवाज काढत होती. का बरं?

एकदम ती हुशार होऊन बसली. तिचे कान उभे राहिले. ओढ्याच्या वाळल्या पात्रातून दणकट, चपळ असा स्नार्ल आला. अर्जुनचा पराभव केला तेव्हा

दिसला त्यापेक्षा आता तो मोठा आणि जास्त पिळदार दिसला. करूपासून वीस-एक फुटांवर येऊन तो वाळूत बसला.

इतका वेळ हलणारी करूची शेपटी थांबली. ती बसली होती, ती आता वाळूवर पसरली.

स्नार्ल डोकं उंच करून बघत राहिला.

करू फिस्कारली, उठून बसली. एक मोठी जांभई तिनं दिली. डोकं खाली घालून ती स्नार्लपाशी गेली.

तो गुरगुरत होता. करूनं जवळ जाऊन त्याच्या तोंडाला तोंड लावलं. मग ती पाय आत घेऊन वाळूत पसरली. अंधार झाला.

मग, ती दोघं जुगली.

आठ महिन्यांची लेकुरवाळी असताना करूनं हे का करावं, ह्याचा अर्थ ह्या दोघा अभ्यासकांना कळला नाही. कारण ही पोरं आणखी तेरा ते पंधरा महिने आईजवळच राहणार होती. दोन पोरं असताना, पुन्हा तान्ही पोरं सांभाळणं कोणी वाघीण करणार नाही.

एक महिना गेला.

करू आणि तिचे बच्चे रानात हिंडताना दिसत होते. स्नार्ल कधी-कधी दिसत होता.

एकदा नाल्याच्या बाजूच्या जंगलात एका जागी दंगल झाल्याच्या खुणा दिसल्या. रक्ताचे डाग दिसले. कुणी कुणाचा बळी घेतला? पुढच्या वळणावर बांबूच्या बेटाखालून स्नार्ल बाहेर पडताना दिसला. तो जिथून बाहेर आला तिथं करूच्या वाढलेल्या नर पिल्लाचं धड दिसलं. त्याचा गळा फोडलेला होता. मागच्या फऱ्याचं काही मांस खाल्लेलं होतं. म्हणजे स्नार्लनं आणखी एक हत्या केली होती.

काही मिनिटांनी पुन्हा वाघाची गर्जना कानावर आली. करू दिसली. मारलेल्या बछड्यापाशी येऊन तिनं वास घेतला आणि तोंड वर करून मोठी गर्जना केली.

असलं तिचं ओरडणं ह्यापूर्वी कधी ऐकलेलं नव्हतं.

मागून दोन बछडे तिला येऊन मिळाले. तिघंही जंगलात दिसेनासे झाले.

स्टन्ले ब्रिडन आणि बेलिंडा राईट ह्या दोघांची फार दिवसांची इच्छा पूर्ण झाली. एकोणीसशे ब्याऐंशीपासून पुढे अडीच वर्षे त्यांनी कान्हा आणि रणथंबोरला राहून, नॅशनल जिऑग्राफिक टेलिव्हिजन सिरिअल करण्यात घालवली. 'लँड ऑफ दि टायगर' ही मालिका पी.बी.एस. टीव्हीवरून जानेवारी एकोणीसशे पंच्याऐंशीमध्ये प्रसारित झाली.

श्रीलंकेतल्या वन्य प्राणी जीवनासंबंधीच्या त्र्याऐंशी ऑगस्टला प्रसिद्ध झालेल्या

जिऑग्राफिकच्या अंकातील लेखात ऑथर क्लार्क ह्या लेखकानं लिहिलं आहे,

"ज्या जगात केवळ मनुष्यप्राणीच एकमेव रहिवाशी आहे, असल्या जगात जगण्याला काही अर्थ नसेल. काही काळ गेल्यावर ते वस्तीला योग्य असं ठिकाणच राहणार नाही. आता शहरी संस्कृती, औद्योगिकीकरण ह्यामुळे ही जाणीव आपल्याला होऊ लागलीय. पण आपल्या पूर्वजांना ही गोष्ट माहीत होती. तेवीसशे वर्षांपूर्वी सिलोनच्या राजाला एका मुलीनं सांगितलं आहे,

"हे श्रेष्ठ राजा, आकाशातले पक्षी आणि जंगलातले प्राणी यांनाही तुझ्याप्रमाणेच कुठंही हिंडण्याचा आणि जगण्याचा अधिकार आहे. ही धरित्री लोकांची आहे तशी इतर सगळ्या सजीवांचीही आहे. हे राजा, तू ह्या धरणीचा केवळ पालक आहेस."

मला वाटतं, हीच गोष्ट ध्यानी घेऊन 'नॅशनल जिऑग्राफिक' हे मासिक बहुधा प्रत्येक अंकात वन्य जीवनासंबंधी एखादा सुरेख लेख प्रसिद्ध करत आलं आहे.

माझ्या स्मरणात राहिलेल्या लेखांची नुसती नावं सांगितली तरी किती विविध पशुपक्ष्यांवर लेख प्रसिद्ध झाले आहेत, याची कल्पना येईल.

मेरी लँडमधल्या 'चेसपीक बे' ह्या ठिकाणी रिचर्ड डॉल्श नावाचा शास्त्रज्ञ गेली दहा वर्षं ग्रेट ब्ल्यू हेरॉनचा अभ्यास करतो आहे. त्यानं लिहिलेला 'लॉर्ड ऑफ दि शॅलोज' हा लेख. आपल्याकडे भारतात हा बगळा नाही. पर्पल, ग्रे, रीफ, नाइट, पौंड असे हेरॉन्स म्हणजे बगळे आहेत. हा अमेरिकन बगळा चार फूट उंचीचा आहे. त्याची चोच खंजिरासारखी असते आणि डोळे पिवळे. पंख पसरले म्हणजे त्यांची लांबी सुमारे सहा फुटांच्यावर असते.

आपल्याला ह्या पक्ष्याच्या अभ्यासाचा नाद कोणी लावला हे सांगताना लेखकानं एका सेवानिवृत्त, अठ्ठ्याऐंशी वयाच्या आर्थर डी जोन्स नावाच्या माणसाचा फार आदरानं

उल्लेख केला आहे. ह्याचा फार दरारा होता. आसपासचे लोक म्हणत की, बगळे मारताना आपला भाऊ जरी सापडला तरी एन्डी त्याच्या हातात बेड्या घालील. मात्र, काही वेळानं परत येईल आणि स्वत: दंड भरील.

कशाकशावर उत्तम लेख आले, हे आठवलं तर ओरँग उटांग हे वानर. आर्टिकमधले अस्वल, आर्टिकमधले लांडगे, चीनमधले पांडा, स्कॉटलंडमधली हरणं, आफ्रिकेतले सिंह, शहामृगाची अंडी फोडण्यासाठी दगडाचा उपयोग करणारी इजिप्शियन गिधाडं, मेक्सिकोमधला उडता न येणारा पण सुसाट पळणारा, विदूषक म्हणून ओळखला जाणारा रोड रनर हे पक्षी, असं कितीतरी आठवतं. आणि जे दीर्घकाळ आठवणीत राहतं तेच खरं लेखन. आवडीचा विषय म्हणून मी प्राणी-पक्षी जीवनावरचे लेख वाचतो. पण इतरही कितीतरी ह्या मासिकातून मिळतं. जगातल्या वेगवेगळ्या रानटी जमाती, उत्खननं आणि त्यात मिळालेल्या वस्तू, जगातला बटाटा, बांबू आणि त्याच्या जाती, फुलं, कोलंबसच्या मागावर, सिंदबादच्या मागोमाग.

नॅशनल जिऑग्राफिकचा अंक घेऊन आपल्या घरात अंथरुणावर पसरावं आणि जगात कुठंही जावं, सागर-प्रवास करावा, जंगलात हिंडावं, रानटी लोकांबरोबर नाचावं, गेली दोन हजार वर्षं ज्या डोंगरातून संगमरवराच्या शिळा निघताहेत, मायकेल अँजेलोचा डेव्हिड, पीएटा, मोझेस ज्या संगमरवराचा केला आहे, त्या इटलीमधल्या करारा गावी जावं, जिद्दामधल्या कोणा शेखनं करायला टाकलेल्या सोळा फूट उंच आणि पंचवीस मेट्रिक टन जड अशा उभ्या अंगठ्याच्या शिल्पावरच्या रेषा कोरण्यात चारशे दिवस घालवणारे कारागीर पाहावेत. इथं चांगला संगमरवर शोधून काढणारे कारागीर म्हणतात, आम्हाला त्या उजळ, शिळेचा वासच येतो. शिळा बघितली की, हिच्यात अ‍ॅशट्रे आहे का मेडोना आहे, हे कळतं.

हेन्री मूरसारखा शिल्पकार आपल्या शिल्पाकृती प्लॅस्टर ऑफ पॅरिसमध्ये साकार करतो आणि त्या कराराला पाठवतो. तिथले कारागीर ह्या संगमरवरी करतात.

असं जर आहे तर मग, खरा शिल्पकार कोण, मूर का कराराचे कारागीर?

असा प्रश्न जेव्हा ह्या लेखाच्या लेखकानं तिथल्या निकोली नावाच्या कारागिराला विचारला तेव्हा तो म्हणाला, ''संगीतनिर्माता वाद्यमेळाचा उपयोग करून घेतो. प्रत्येक वाद्य स्वत: वाजवण्यात वेळ दवडीत नाही. आमचे कारागीर वाद्यमेळातले वादक आहेत. सुंदर संगीताचा निर्माता कलावंत असतो. आम्ही निर्माते नाही; पण वाद्यमंडळातले वादक म्हणून आम्हाला स्वत:बद्दल अभिमान वाटतो.''

करारा मार्बलकडे फार मोठमोठे शिल्पकार ओढले गेले आहेत. मायकेल

अँजेलो, सेलिनी, दोनातेलो, देला रोबिया, बेरतिनी, कानोवा, इसामो नोगुची, हेन्री मूर.

इथं मायकेल अँजेलोनं दहा फेऱ्या मारल्या आणि एका विशिष्ट खाणीतल्या शिळेवर 'एम' अक्षरं कोरली. शिळा कापणाऱ्या कारागिरासाठी ही खूण होती, ती ही खूण आता सापडत नाही. ती खाण आता उपयोगात नाही. लोक ही कथाही विसरून गेलेत. पण, ह्या खाणीतल्या शिळेतून कोरलेला, घडवलेला डेव्हिड फ्लोरान्समधल्या 'अॅकॅडमी ऑफ फाइन आर्ट'च्या गॅलरीत आहे. तिथं दरवर्षी आठ लक्ष लोक एखाद्या देवळात दर्शनासाठी जावं तसे जातात.

कराराच्या एका मोठ्या चौकात दरवर्षी शिल्पकारांची यात्रा भरते. इथं शिल्पकारांचा आणि शिळांचा संवाद होतो. शिल्पकार म्हणून स्वतःचं असं स्थान कोरण्याची जिद्द बाळगून सुमारे तीस-एक शिल्पकार छिन्नीनं कपच्या उडवतात. ही स्पर्धा असते. प्रत्येक स्पर्धकाला चौदा दिवसांचा अवधी मिळतो. ह्या काळात त्यानं मास्टरपीस घडवावा.

ही यात्रा बघायला आपण एकवार इटलीतल्या कराराला जाऊ. तिथली संगमरवरी धूळ अंगावर घेऊ.

जाणं होईल न होईल. पण असं वाटायला लावणं, ही किमया एका मासिकाची आहे.

■

दीपावली, १९८८

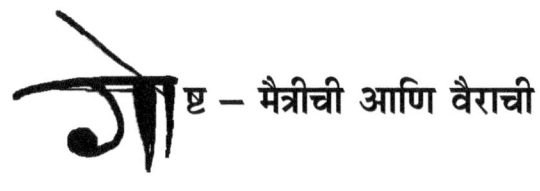

गोष्ट – मैत्रीची आणि वैराची

शिकारीच्या नादानं आजपर्यंत मला पुष्कळ भले मित्र मिळवून दिले. ऐन उमेदीच्या काळात यातल्या काही जणांचं जगणं म्हणजे माझ्या जवळचं पहिल्या इयत्तेचं पाठ्यपुस्तक होतं. 'वाहवा! वाहवा! चेंडू हा...' आणि 'देवाजीनं करुणा केली..., भाते पिकूनी पिवळी झाली...' असल्या कविता असलेलं, 'मुले आणि तळ्यातील बेडूक', 'लांगडा आला रे आला', 'गझनीचा सबक्तगीन आणि पाडस', 'उंदराचं पिल्लू आणि तारांचे छानदार घर', 'साप आणि मुंग्या', 'कावळ्याची युक्ती', 'हावरा कुणबी', 'चिकण माती', 'चालू नाणी', असले सुरेख-सुरेख धडे असलेलं.

या गुणी मित्रांसोबत मी रात्री-अपरात्री, रानातून, डोंगर पठारावरून, काटवनातून हिंडलो. काय-काय पाहिलं, काय-काय अनुभवलं!

माझ्या गावचा बापू रामोशी हा रानात सतत माझ्यापुढे चालत असायचा आणि पायवाटेवर बाभळीचा काटा पडलेला दिसला, तरी चटकन उचलून लांब टाकायचा. लोटेवाडीच्या कुरणात रात्री हिंडता-हिंडता चुकलो. बरंच मोठं, अनोळखी कुरण, आपल्या गावापासून बारा-चौदा मैल दूर. बैलगाडी ज्या झाडाखाली सोडली ते झाड कुणीकडच्या दिशेला? रात्र तर किट्ट काळोखी. पायाखाली वाट नाही.

"बापू. आपण चुकलो आता?"

"तात्या, कुटंकुटं कितीदा वळलो आतापतूर ते ध्यानात हाय माज्या. नेमकं गाडीजवळ नेतो तुम्हाला. आता खिनभर खाली बसा. पान देतो ते खा."

बापू कमरेला खोवलेली चंची काढायचा. पंढरपुरी सुपारी कातरून मला द्यायचा. मग वाळलेलं एकच पान, चुन्याची डबी. मग काताचा बाजरीच्या, जोंधळ्याच्या दाण्याएवढा खडा, मग चिमूटभर काळी तंबाखू.

दोघांची तोंडं बंद.

आजूबाजूला गडद अंधार. वर चांदण्यांनी चमचमणारं विशाल आभाळ. कानाशी भरभरणारा गार वारा. झाडांचा अधूनमधून जाणवणारा वास. रातवा पक्ष्याचे, दूरवर टिटवीचे, मधूनच घुबडाचे आवाज.

बराच वेळ गेल्याची जाणीव.

''बापू, काय बसलोय आपण?''

''निघू या का?''

''तूच म्हणालास, बसा पान खा. का बरं?''

थुंक टाकून तोंड मोकळं करत, ''तात्या, बसलं, पान खाल्लं म्हंजे, मानसाचं मन थिर हुतं. बरं, आता बॅटरी दावा आन् आजूबाजूला बगा काई ऱ्हालं का? काय चाकू, पान्याची बाटली, डोक्याची टोपी, खिशातली किल्लीबिल्ली पडली न्हाई ना?''

''नाही, काही नाही.''

''मग आता या माज्यामागनं.''

मग अंधारातून नि:शब्द पायपीट, डाव्या-उजव्या बाजूला वळणं, चढ-उतार, दगड-वाळू.

मग दुरून बैलांच्या गळ्यातल्या चंगाळ्याचा आवाज.

अंधारात काही दिसत नसताना डावी-उजवीकडे कितीदा वळलो, हे नेमकं ध्यानात ठेवून गेल्या जागी परत येणाऱ्या या विलक्षण हुशार रामोशाबरोबर माणदेशच्या कुरणातून, काटवनातून, ओढ्याकाठानं, तळ्या-तलावाच्या, ताली-बंधाऱ्याच्या काठाकाठानं केलेली पायपीट कशी विसरेन?

हा बापू, वाघाच्या शिकारीसाठी सिंहगडच्या दऱ्याखोऱ्यात बसलेला, जखमी बिबट्यानं ओरबाडलेला तो निधड्या छातीचा बाबू, घोटवड्याचा तो गोविंदा कातकरी, तो वाल्मी फासेपारधी, तो उसन वैदू, डोईच्या पटक्याचा शेमला आभाळात ताठ उभा राहील, अशा वेगानं सशामागोमाग माळावरनं धावणारा, तुमावानी मला कधी बंदुकीचं लायसन मिळंल का, असं विचारणारा, कऱ्हाडजवळच्या सुर्ली गावचा तो मांग यांनी वनविद्या किती परीनं मला दिली. त्यांचे ऋण मी कसे फेडणार?

कर्नाटकातल्या कोंडणकेरीच्या जंगलात सोमल्या लमाणी भेटला. तिथं दहा दिवस आम्हा शिकारी मित्रांचा फॉरेस्ट बंगल्यात मुक्काम होता. सोमल्या छान गोष्टी सांगायचा. पक्षी, प्राणी ही त्याच्या गोष्टीतली पात्रं असायची. त्याची भाषा मला यायची नाहीच, पण त्यानं सांगितलेली गोष्ट सांगता येईल.

सोमल्या म्हणाला, "सायबा, मुंगूस सापाला का मारतं?"
"साप आणि मुंगूस हे जन्माचे वैरीच आहेत."
"पहिले नव्हते, पुढे झाले."
"कसं बरं?"
"फार पूर्वीच्या काळची गोष्ट आहे. मुंगशीण आणि लांडोर या दोघींचा लोभ जडला. दोघी संगतीनं रानात हिंडायच्या. खाणं शोधायच्या, खायच्या. एकीवाचून दुसरीला करमायचं नाही. खाणं शोधायच्या निमित्तानं तर दोघी मैतरणी झाल्या. एकमेकीपासनं दूर जायच्या नाहीत. एकदा या दोघींना भलीमोठी नागीण वाटेवरच भेटली. तिची आणि मुंगशिणीची ओळखपाळख होतीच. ती जास्त व्हावी म्हणून नागीण म्हणाली,
"मुंगशीणबाई, चला माझ्याबरोबर. मला एक मस्त चीज दिसलीय; ती तुम्हाला दाखवते."
मुंगशीणबाई जरा चौकसखोर होत्या. जेव्हा-तेव्हा तोंड वळवून मागं नजर टाकायची खोड त्यांना होती.
लांडोर म्हणाली, "मला मात्र सुट्टी द्या. उन्हानं मी अगदी वैतागून गेले आहे. ओढ्याच्या धारेनं जाऊन उभं राहावं. थंड पाणी अंगावर उडवून घ्यावं, घटाघटा पाणी प्यावं, असं फार-फार वाटतंय मघापासनं. तुम्ही जा. मी ओढ्यावर जाते."
दोघींचा निरोप घेऊन लांडोर तरातरा गेलीसुद्धा.
नागीण आणि मुंगशीण आपल्या कामगिरीवर चालल्या. मुंगशिणीला अगदी घाई झाली होती काय आहे ते बघण्याची. बरंच अंतर काटून दोघी

ओढ्याकाठच्या बांधावर आल्या. तिथं शिंदीचं एक जुनं झाड कोसळून पडलं होतं आणि त्या शिंदीच्या आडोशाला, जमिनीवर खळग्यात चार काटक्याकुटक्या जमवून केलेल्या घरट्यात पाच मोठीमोठी अंडी होती. गुळगुळीत आणि पिवळसर रंगाची.

नागिणीनं विचारलं, "अंड्याची चव कधी घेतली आहेस का?"

मुंगशीण म्हणाली, "नाही हो नागीणबाई. तसलं काही नाही खात मी. फळं, बोंडं यावर भागतं माझं."

"मस्त लागतात अंडी. ताकदीसाठी फार चांगली."

"हो?"

"खाऊन तरी बघ."

असं म्हणून लुच्च्या नागिणीनं एक अंडं मुंगशिणीसाठी फोडलं.

दोघी अंडी खाऊ लागल्या.

मुंगशीण म्हणाली, "अंडं इतकं चवदार असेल याची कल्पना नव्हती हं."

मुंगशीण आणि नागीण यांनी शेवटचं अंडं खाल्लं आणि लांडोर आली.

वाकड्या चालीची नागीण ओरडली, "तुझी सगळी अंडी मुंगशिणीनं खाऊन टाकली."

आपल्या मैतरणीनंच आपल्याला दगा द्यावा, याचा लांडोरीला फार संताप आला होता आणि अतोनात दुःखही झालं होतं.

तेवढ्यात तिनं नागिणीच्या तोंडाला अंड्याचा बलक लागलेला बघितला.

संतापानं फुसांडत लांडोर म्हणाली, "तुम्ही दोघींनी मिळून माझी अंडी खाल्ली."

मग नागिणीनं आपल्याला कसं बनवलं, हे मुंगशिणीनं आपल्या मैतरणीला सविस्तर सांगितलं. ते ऐकून लांडोर संतापली. दोघी एकत्र आल्या आणि दोघींनी नागिणीला ठार केलं.

आता इथून पुढे आपण दोघांनीही साप नजरेला पडला की, त्याला मारायचा, खाऊन टाकायचा, असं मुंगसानं आणि मोरानंही ठरवलं.

आजतागायत हे दोघं साप दिसला की, त्याला मारून खाऊन टाकतात.

लांडोरी अंड्यावर बसली की, पहारा देण्याचं काम करायला मोर आता शिकला आहे.

मुंगूस सापाला मारतं आणि खातंही. कोणाही चपळ सापापेक्षा जास्त चपळाईनं आणि आभाळातल्या विजेपेक्षा जास्त जलद हालचाल करून ते सापाला ठार मारतं.

पण सापानं लावलेली अंडी खाण्याची सवय मुंगूस अजून विसरलेलं नाही. कुठंही मिळालं तरी ते अंडं खाल्ल्याशिवाय पुढे जात नाही.''

■

सकाळ, १९९८

अतिथी अभ्यागत

पुण्यात घर बांधण्यासाठी एरंडवणा भागातली साडेपाच हजार चौरस फुटाची जमीन मी खरेदी केली ती अठ्ठावन्न साली. शहरी गजबजाटापासून दूर. आजूबाजूला रानच रान असलेल्या ह्या प्लॉटवर मी अगदी खूश झालो.

पुढे घराच्या बांधकामाला सुरुवात झाली. पाया फारच खोल काढावा लागला तेव्हा इंजिनिअर कुलकर्णी म्हणाले, ''माडगूळकर काळी जमीन ही बांधकामाला विष असते विष.''

त्यांचा वैताग रास्त होता. आजच्याप्रमाणे बांधकामाचं शास्त्र त्या काळात प्रगत झालेलं नव्हतं. पाया, फरशी ही कामं पार पाडताना कुलकर्णी बेजार झाले.

आठ-दहा वर्षांनंतर काही ठिकाणी फरशी फार, फार खचली तेव्हा काळ्या मातीचा खरा प्रताप मला कळला.

नंतर हळूहळू, आपणच एकमेव असे ह्या घरातले रहिवासी आहोत हा विश्वासही डळमळला.

जागजागी आपली जाळी विणून कोळ्यांनी प्रथम माझ्या ध्यानात आणून दिलं की, घर आमचंही आहे. मोठ्या आणि छोट्या कोळ्यांनी भक्ष्य पकडण्यासाठी जागोजागी केलेली जाळी पुन्हा-पुन्हा काढून टाकणं, हा आता माझा नित्यक्रम झालेला आहे.

उन्हाळा आला की, चिमणा-चिमणीच्या अनेक जोड्या भरारत सकाळी घरात येतात आणि घरट्याची जागा नक्की करून काड्या रचायला सुरुवात करतात. घरटी, अंडी, पिल्लं हे चक्र सुरू होतं. भटकी मांजरं पिल्लं पळवायला सोकावतात. पिल्लांचा चिवचिवाट आणि त्यांच्या आईबापांची वटवट ह्यानं सगळं घर गाजत राहतं.

पावसाळ्यात अतोनात माशा होतात. काळे डास दिवसासुद्धा स्वस्थ बसू देत नाहीत. चिलटं फार होतात. जेवणाच्या टेबलाखालीसुद्धा पाली वस्ती करतात. पाऊस जास्त गळू लागला की, बाहेरच्या गोगलगाया कशा कोणजाणे

घरात येतात. इथे-तिथे अंगठ्याएवढ्या गोगलगाई दिसतात. पोरांच्या पायाखाली, अंगाखाली येतात आणि पोरं घाबरून किंचाळतात. लठ्ठ-लठ्ठ असे मोठे बेडुकही घरात येतात आणि कोपरे शोधून बसतात.

झुरळं तर कायम वस्तीलाच असतात. कितीही फवारले तरी जुनी मरतात पण नवी जन्माला येतच राहतात.

घराच्या मागील दारी काही फळझाडे लावलेली आहेत. पेरू, रामफळ, सीताफळ, डाळिंब, चिक्कू असली. ऋतुनुसार त्यांना फळे येतात. ही फळे खाण्यासाठी काही लहान वटवाघुळेही येत असावीत. मागचं दार रात्री उघडं राहिलं की, एखादेच वटवाघूळ घरात येते आणि आढ्याशी भिरभिरू लागते. त्याला आता लटकण्याजोगी जागा किंवा शिरून बसायला वळचणही मिळत नाही. बाहेर पडण्यासाठी खिडकी सापडत नाही. हॉलमधून खोलीत. ह्या खोलीतून, त्या खोलीत असे हे पाखरू दिशाहीन भिरभिरत राहते. कधी हाती न आल्यामुळे हे कोणत्या जातीचं वाघूळ आहे, फळखाऊ आहे का माशाखाऊ आहे, हे मला कळलेलं नाही. आकारानं हे फार-फार तर करंगळीएवढ्या लांबीचं आणि गडद ऊदी रंगाचं असतं. महाराष्ट्रात आढळणाऱ्या वटवाघुळांपैकी हे नेमकं कोणत्या जातीचं आहे, हे मला कळलेलं नाही.

पावसाळ्याच्या आरंभी कधीकधी असंख्य कीटक दिव्याभोवती जमतात. इतके की, घरात अंधार करून बसावं लागतं. घरातल्या पालींना हे सदावर्तच असतं. त्यांची चंगळ होते.

ह्या शिवाय कधी मधमाशा, कधी गांधीलमाशा, कधी कुंभारमाशा, कधी गवळणी, कधी पतंग, कधी भुंगे येतात आणि जातात. समर्थ रामदासांनी दासबोधात सांगितलं आहे –

मृत्तिका खणोनि घर केले
ते माझे असे दृढ कल्पिले,
परी हे बहुतांचे कळले
नाहीच तयासी,
मूषक म्हणती घर आमुचे,
पाली म्हणती घर आमुचे
मक्षिका म्हणती घर आमुचे,
निश्चयेसी,
कांतण्या म्हणती घर आमुचे,
मुंगळे म्हणती घर आमुचे
मुंग्या म्हणती घर आमुचे,
निश्चयेसी,

समर्थांच्या ह्या यादीत विंचू, सर्प, झुरळे, भ्रमर, भिंगोऱ्या, आलिका, मांजर, श्वान, मुंगसे, पुंगळ, वाळव्या, पिसवा, ढेकूण, चाचण्या, घुंगर्डी, पिसोळे, गांधले, सोट, गोंबी आहेत. शेवटी समर्थ म्हणतात,

बहुत किड्यांचा जोजार,
किती सांगावा विस्तार
समस्त म्हणती आमुचे घर,
निश्चयेसी,

समर्थांनी उल्लेख केला नाही, तो विस्तार भयासाठी. एरवी शहरातल्या भर वस्तीत बांधलेल्या घरातसुद्धा किती अतिथी अभ्यागत येतात जातात. त्यात किती अकल्पित असतात.

मुंगसांची आता सवय झाली आहे. आमच्या मागील दारी एक मुंगशीण आणि तिची तीन बाळे अलीकडे नेहमी दिसतात. विषारी साप कधी दिसला नाही, पण एक जाडा गवत्या साप बागेतल्या कुंड्यात अलीकडेच मी पाहिला आहे. आणि अगदी परवा-परवा एक कोंबडा मागील परसात येऊन राहिलाच होता.

उन्हाळ्याचे दिवस होते. घरी मी एकटाच होतो. सकाळी पश्चिमेकडे असलेलं मागचं दार उघडलं, तर जाळीदार कंपाउन्डच्या कडेला चक्क कोंबडा दिसला. मी चकित झालो. पुण्यातल्या डेक्कन जिमखाना भागात पाळलेल्या कोंबड्या आता क्वचित दिसतात. कालव्याच्या आसपास काही जुनी घरं, झोपड्या अजून उरल्या आहेत. त्यांच्या अंगणात कोंबड्या, पाळीव कबुतरं, शेळ्या, चुकून-माकून आहेत, पण पहाटे कधी आरवलेला कोंबडा ऐकू येत नाही.

परसात आलेला कोंबडा पुरा वाढलेला, गावठी वाणाचा होता. तांबडा, पिवळा आणि शेपटीला निळी, हिरवी पंखे असलेला. सहा फूट उंचीच्या कुंपणावरून आत यायचं म्हणजे उडूनच यावं लागणार. माझ्या कुंपणाच्या पलीकडे बंगलाच होता. डाव्या-उजव्या बाजूलाही बंगलेच होते. त्यापैकी कोणी कोंबड्या पाळलेल्या नव्हत्या. मग हा आला कुठून, आणि कुणाचा? पलीकडेच कालवा होता. त्याच्या काठानं काही जुन्यापान्या वस्त्या होत्या. फिरायला जाताना मी ह्यातल्या एका वस्तीपुढे कोंबड्या हिंडताना पाहिल्या होत्या. बोक्यानं, कुत्र्यानं ताणल्यामुळे सैरावैरा धावत हा दूत अनोळखी आवारात शिरला असण्याची शक्यता होती. कुणीतरी धुंडत, तोंडानं माहितीचा आवाज काढत संध्याकाळपर्यंत येईलच असा मी अंदाज बांधला.

मी चार पावलं कोंबड्याच्या दिशेनं गेलो तसा हा हलला. पुढे गेला. मला त्याची हालचाल फार मंद वाटली. खरं तर कोंबडा हा फार चपळ पक्षी आहे.

धरू म्हटलं तरी सहसा हाती लागत नाही. पळतो, भयसूचक आवाजही करतो. ह्यानं तसं काही केलं नाही. शांतच होता. त्याच्या पुढ्यात मूठभर दाणे फेकून बघू म्हणून मी घरात जोंधळे शोधले, ते मिळाले नाहीत. शेंगाचे दाणे बरणीत दिसले, ते घेऊन मी त्याच्या पुढे फेकले तसा हा मोहरा फिरवून जास्त दूर गेला. अन्नावर त्याची वासना दिसली नाही. निदान पाणी घेईल म्हणून परळात पाणी ओतून मी तो परळ त्याच्यासमोर ठेवला.

कोंबड्याला पाणीही नकोच होतं. मी बाजूला झालो. आत आलो. खिडकीतून चोरून पाहू लागलो. पण कोंबडा जागीच गप्प उभा होता. त्याचा एकूण नूर बघून खात्रीच झाली, हा निरोगी नाही. आजारलेला आहे.

संध्याकाळ झाली. कोंबड्याचा तपास काढीत कोणी आले नाही. कोंबडा निंबाच्या झाडाखाली उभा होता, तो जागचा हालला नाही. रात्र झाली. रात्र संपली. पहाट झाली. माझी अपेक्षा होती की, आज पहाटे कोंबड्याची कडक बांग ऐकू येणार. ती आली नाही. भराभरा मागचं दार उघडलं आणि पाहिलं तर कुंपणाच्या त्या कोपऱ्यात कोंबडा उभा होता. म्हणजे दहा ते पंधरा पावलं एवढं अंतर त्यानं आतापर्यंत काटलं होतं. नेहमीप्रमाणं घरकामाची बाई झाडा लोटायला, धुणंभांडी करायला आली तिला मी म्हणालो, "कुणाचा कोंबडा चुकून आलाय. कालपासून इथंच आहे. धरून डालूया का, का राहू दे मोकळाच?"

बाई म्हणाल्या, "कुनाला ठावं कसला हाय ते. कुनाला लागीर झालं म्हनून उतरून सोडला असंल तर नसती पिडा. नका तुमी हात लावू."

आपण चार गावठी कोंबड्या आणि एक सुरेख कोंबडा पाळावा अशी माझी कितीतरी दिवसांची इच्छा आहे, पण जीवन हे एवढे आडमुठे असते की, माणसाच्या साध्यासुध्या इच्छासुद्धा त्याला पूर्ण करता येत नाहीत.

माझ्या लहानपणी क्रमिक पुस्तकात एक छान कविता होती.

किती माझा कोंबडा ऐटदार
चाल त्याची किती बरे डौलदार,
शिरोभागी छानसा तुरा हाले
जणू जास्वंदी फूल उमललेले,
पिसारा त्याचा किती झोकदार
चोच त्याची चिमुकली बाकदार,
अर्धपायी पांढरीशी विजार
गमे विहगातील बडा फौजदार,
उठा मूर्खांनो! झोप काय घेता?
अरुण उदयाचा काल असे आता,

करा काही तरी आळसा त्यजून
उष:काली सांगतो ओरडून

आता हा आपणहून माझ्या अंगणात आलेला कोंबडासुद्धा मला ठेवून घेता येऊ नये?

दुपारी मी पुन्हा कोंबड्याला दाणे टाकले. पाणी ठेवलं. पण तो हलला नाही. नुसता बघत राहिला. तिसऱ्या प्रहरी मी कोंबड्याचा आकांत ऐकला. धावत जाऊन मागील दार उघडून पाहिलं, तर कोंबडा जाग्यावर नव्हता. कुठं पिसं, तुसं अशा खुणाही दिसल्या नाहीत.

हा आदमासच होता. पण मनात आलं, चुकून बाहेर राहिलेलं दूध खायला सोकावलेला गलेलठ्ठ बोका नित्याप्रमाणं फेरीला आला आणि त्यानं आजारी कोंबडा उचलला, पळवला. कोंबडा बोक्यानं खाऊन टाकला.

निसर्ग हा जीवनशक्तीने एवढा समृद्ध आहे की, यात असंख्य जीवांचे बलिदान होते. काहींना खाऊन टाकण्याची मुभा मिळालेलीच असते. ∎

संचार

जांभळाचे दिवस

व्यंकटेश माडगूळकर

जेव्हा...
मनाला भुरळ घालणारे 'जांभळाचे दिवस' लवकर संपतात,
टेकडीचा 'उतार' उतरायलाही वामनरावांना फार वेळ लागतो,
पोस्टमनच्या 'अनवाणी' पायांना वहाणा मिळतात,
मनात आणि घरात कोणालाही शिरकाव करू न देणाऱ्या 'बाई'बदलतात,
मर्यादशील वंचा बाजारची वाट चालताना मन मोकळे करते,
विस्मृतीत गेलेले प्रेम 'सकाळची पाहुणी' बनून अनंतरावांकडे येते,
ओढग्रस्त परिस्थितीत मुलासाठी घेतलेली 'सायकल' हरवल्यानंतरही
काळे मास्तर सुटकेचा नि:श्वास सोडतात,

तेव्हा...
काय घडते? या अनुभूतीचा अवीट बहर म्हणजेच 'जांभळाचे दिवस.'

नागझिरा

व्यंकटेश माडगूळकर

‘पहाट होई ती दयाळ पक्ष्याच्या भूपाळीने. क्षितिजाकडे कललेला चांदोबा दिसे. झाडांचे उंच-उंच बुंधे, पर्णहीन असा त्यांचा विस्तार– यावरचे आभाळ हळूहळू उजळत जाई. माझ्या निवासापुढे कडीला टांगलेला कंदील फिकट पिवळा दिसू लागे. मग झटपट अंथरूण गुंडाळून मी आयुष्यातल्या या नव्या दिवसाचे सार्थक करण्यासाठी बाहेर पडत असे....’

भंडारा जिल्ह्यातील ‘नागझिरा’ अभयारण्यात गळ्यात दुर्बीण, मनात अमाप उत्साह आणि आस्था; केवळ या अल्पसा भांडवलावर लेखकाने मुक्काम ठोकला. काय सापडले या जंगलसफरीत... त्याचा हा वृत्तांत!

व्यंकटेश माडगूळकर

कधीकधी मी फार निरुत्साही होतो.
खडकावर बेडके बसून राहावीत
तशा लेखनकल्पना मनातच राहतात.
आपण एक एक म्हणता
अनेक ओझी डोक्यावर घेऊन चालतो
आहोत, अशी जाण मध्येच येते.
सर्वांत प्रथम लेखन, बाकी सर्व
दुय्यम. त्याच्या वाटेत येणारी
कोणतीही गोष्ट घट्ट मनाने बाजूला
केली पाहिजे; पण तसे सामर्थ्य नसते
आणि आपणच आपल्या शक्ती
नासवून टाकतो,
असा विचार मनात येतो
लेखक म्हणून आजवर जे मिळवले
ते मोठे आहे, असे मला मनोमनी
कधी वाटत नाही. तसे वाटले
असते, तरी एका परीने बरे होते.
भाबड्याला मिळते ती शांतता
तरी मिळाली असती.
मध्येच कधी मन उसळी मारते.
उडी घेऊ वाटते. काय घडेल ते
खरे!